குமரிக்கோட்டம்

கா. ந. அண்ணாதுரை

Title: Kumarikottam

Author: C. N. Annadurai

Language: Tamil

First Published on: 1946

Year of Publication: 2024

Book Format: Paperback

*Page Size: 6inch * 9inch*

Category: Fiction

Subject: Short Novel

No. of pages: 58

ISBN: 978-81-987963-7-0

Published by: Nilan Publishers, Madurai, Tamilnadu, India

பொருளடக்கம்

குறிப்புகளுக்காக

குமரிக்கோட்டம்

பகுதி: 1

"ஸ்ரீமான் குழந்தைவேல் செட்டியார்வாள். மகா உத்தமர். அவருடைய திவ்ய குணத்தைத் தேசம் பூராவும் போற்றுகிறது. இப்படிப்பட்டவர், ஒரு சிலராவது இருப்பதாலேதான், காலம் கலிகாலமா இருந்தாலும், மழை பெய்யறது! பூலோகத்தைச் சமுத்திராதி உற்பாதங்களால் அழிக்க முடியவில்லை என்று கூறலாம்.

உலகமே தலைக்கீழாக மாறிக்கொண்டிருக்கும் இந்தக் காலத்திலே பெரியவாளுடைய காரியங்களை நாசம் செய்யறதை, பிரமாதமான சீர்திருத்தம்னு பேசிண்டிருக்கு, ஒரு ராட்சசக் கூட்டம், அப்படிப்பட்டவாளெல்லாம், நம்ம செட்டியாரின் சர்வபரித் தியாகத்தைக் கேட்டாளானா, நடுநடுங்கிப் போவாள். லோகத்திலே, எல்லாவிதமான பாசத்தையும் ஒருவர் அடக்கலாம். ஆனா, இந்தப் புத்ர பாசம் இருக்கே அதனைச் சாமான்யமா அடக்க முடியாது. சக்ரவர்த்தி தசரதனாலேகூடப் புத்ரசோகத்தைத் தாங்க முடியவில்லை என்பது லோகப் பிரசித்தமான விஷயம். நம்ம செட்டியார், தமது குமாரன், ஒரே மகன், ஆச்சார அனுஷ்டானாதிகளுக்கு விரோதமான காரியம் செய்யத் துணிந்தபோது எவ்வளவோ கீதோபதேசம் செய்து பார்த்தும், அவன் பிடிவாதமாக இருக்கக் கண்டு, என்ன செய்தார்? மகன் என்ற பாசத்தைக் கூட உதறித் தள்ளிவிட்டார். அவ்விதமான தவச்சிரேஷ்டராக்கும், நமது செட்டியார்வாள். தமது ஒரே புத்திரன் ஏதோ கால வித்தியாசத்தாலும், கெட்டவா சகவாசத்தினாலும், பொதுவாகவே லோகத்தில் இப்போது தலைவிரித்து ஆடுகிற அதர்மக் கோட்பாடுகளை நம்பியதால், உத்தமமான வைசிய பரம்பரையிலே உதித்ததையும் மறந்து, கேவலமான காமாதி பாசத்திற்குப் பலியாகி, குல தர்மத்தைக் கைவிட்டு, வேறு குல

ஸ்திரியை மணம் செய்து கொள்ள வேண்டுமென்று பிடிவாதம் செய்தது கண்டு, சோகம் கொண்டு, தன் மகனுக்குச் சாஸ்திராதிகளைச் சாங்கோ பாங்கமாக எடுத்துக் கூறித் தடுத்துப் பார்த்தும் முடியாததால், பெரியவா காலந்தொட்டு இருந்துவரும் புராதன ஏற்பாட்டுக்கு விரோதமாக நடந்து கொள்வதைக் கைவிட்டு விடாத பட்சத்தில், இனித் தன் கிருஹத்தில் காலடி எடுத்து வைக்கவே கூடாது என்று கூறிவிட்டார். உன் முகாலோபனமும் செய்யப் போவதில்லை என்று சொல்லிவிட்டார். அவனும் வீட்டைவிட்டுப் போய்விட்டான். புத்திரசோகம் மகா கொடுமை. அதனை நமது செட்டியார் தாங்கிக் கொண்டது, நமக்கெல்லாம் ஆச்சரியமாக இருக்கு. ஆனா, ராஜரிஷிகளின் மனம் எப்போதும் இப்படித்தான் இருக்கும். அவருடைய தர்ம மார்க்கத்தை எவ்வளவு புகழ்ந்தாலும் தகும். அவருடைய புகழ் பாரத வர்ஷத்துக்கே ஒரு புகழ் என்று சொல்லலாம். அப்படிப்பட்ட தன்யரை, வரவேற்கும் பாக்கியம் நமக்குக் கிடைத்ததுபற்றி நான் மிகவும் சந்தோஷப்படுகிறேன். பகவான், கீதையில் சுதர்மத்தைப், பற்றி அழகாகச் சொல்லியிருந்தார். அந்தச் சுதர்மத்தை, நிலைநாட்டத் தமது சொந்த மகனையும் விட்டுப் பிரியத் துணிந்த, மகானைத் தரிசித்தும், அவருடைய மன உறுதியைப் பாராட்டியும், மகாஜனங்கள் சீரும் சிறப்பும் பெறுவார்கள். இவருடைய புத்ரனும், கெட்ட கிரஹம் மாறி நல்ல கிரஹம் உதித்ததும், குலத்தைக் கெடுத்து, உத்தமமான தகப்பனாரின் மனத்தைப் புண்படுத்திய பாபத்தை எண்ணி வருத்தமடைந்து, பிறகு, தானாக வீடு வந்து சேர்ந்து, தகப்பனார் காலில் விழுந்து சேவிக்கத்தான் போகிறான். சத்தியம் ஜெயிக்கும் என்பது சாமான்யாளுடைய வாசகமோ! ஆகவே உத்தமோத்த மரான சீமான் செட்டியாரை, நான் ஆசீர்வதித்து, இந்த ஊர் சத்சங்கத்தார் சார்பில் அவருக்கு இந்த மாலையைச் சூட்டுகிறேன். ஜே, சீத்தாராம்! ஜே, ஜே!!”

ரோஜா மாலை, சாதாரணமாகக் கோவில்களில் மூலவருக்குப் போடுவதுபோல, மிகப் பெரியதாகத்தான் இருந்தது.

நெற்றியிலே விபூதி தரித்துக் கொண்டு, மார்பிலே நூலுடன் விலையுயர்ந்த பட்டுக்கரை வேட்டி, உத்தரியம் அணிந்து கொண்டு, அந்த ரோஜா மாலையுடன் நின்று சபையோரை நோக்கிக் குழந்தைவேலச் செட்டியார் கும்பிட்டுக் கொண்டு நின்றபோது, நாயன்மார் போலவே இருந்தது. தாழையூர் சத்சங்கம், சனாதன மார்க்கத்தைப் பாதுகாக்க ஏற்பட்டது. அந்தச் சங்கத்தார், வெளியூரிலிருந்து வரவழைத்திருந்த வக்கீல் வாசு தேவசர்மா, உருக்கமான அந்தப் பிரசங்கத்தைச் செய்துவிட்டு, ரோஜா மாலையைச் செட்டியாருக்குப் போட்டதும், அவர் அடைந்த ஆனந்தம், இவ்வளவு என்று அளவிட முடியாது. வார்த்தைகள் சந்தோஷத்தால், சரியாக வெளிவரவில்லை.

"பிராமணோத்தமர்களே! பிரம்ம, க்ஷத்திரிய, வைஸ்ய, சூத்ர என்று பெரியவர்கள் ஏற்பாடு செய்திருக்கும் ஜாதி ஆச்சார முறைப்படி அடியேன் வைஜ்ய குலம். இந்தப் பாபியின் மகனாகப் பிறந்தவன், அந்த ஆச்சாரத்தைக் கெடுக்கத் துணிந்தான். பிரபஞ்சத்துக்கே நாசம் சம்பவிக்கக் கூடியது அதர்மம். அந்த அதர்மத்தைச் செய்ய ஒரு மகன் எனக்குப் பிறந்தான். நான் என்ன பாபம் செய்தேனோ பூர்வத்தில்? அவள் என்ன ஜாதியோ என்ன குலமோ, ஒரு பெண், அவளைக் கலியாணம் செய்து கொள்ள வேண்டுமென்றான், தடுத்தேன். எவ்வளவோ புத்தி சொல்லிப் பார்த்தேன். கேட்கவில்லை. கடைசியில், இந்தப் பாபக்கிருத்யத்துக்கு உடந்தையாக இருக்கும் மகாபாபம் நமக்குச் சம்பவிக்கக் கூடாது என்று தோன்றிற்று. நமது சர்மா அவர்கள் சொன்னது சத்தியவாக்கு. எனக்குப் புத்ரசோகம் தாங்க முடியவில்லை. ஆனால், மனத்தைத் திடப்படுத்திக் கொண்டு, அவனை வீட்டை விட்டுப் போய்விடச் சொல்லி விட்டேன். இனி அவன் எக்கேடு கெட்டாலும், உலகம் என்னைத் தூற்றாது. அவனுடைய முகாலோபனம் செய்யப் போவதில்லை என்று சங்கல்பம் செய்து கொண்டது மட்டுமல்ல, என் சொத்திலே ஒரு பைசாகூட அந்த நீசன் அடையப் போவதில்லை. ஏதோ பகவத் சங்கற்பத்தால், நான் கொஞ்சம் சம்பத்து

அடைந்திருக்கிறேன். அதை இனி சத்காரியங்களுக்கு உபயோகித்து, போகிற கதிக்கு நல்லது தேடிக் கொள்வது என்று முடிவு செய்துவிட்டேன். என் சொத்து, சுயார்ஜிதம். ஆகவே, அந்தத் துஷ்டன் என்னிடம் வரமுடியாது. என்னைப் பிரமாதமாகப் புகழ்ந்த சத்சங்கத்தாருக்கு, நமஸ்காரத்தைக் கூறிக் கொண்டு, இனி உங்களுடைய ஆசீர்வாத பலத்தால் அடியேன், தன்யனாவேன் என்றும் சொல்லிக் கொள்கிறேன். சிலாக்கியமான சேவை செய்து வரும் சத்சங்கத்தாருக்கு, என் சக்தியானுசாரம் ஏதாகிலும் தரவேண்டும் என்று ஆசை. ஆகவே, ஆயிரம் ரூபாய் கொண்ட இந்தப் பணமுடிப்பை, சத்சங்கத்தாருக்குத் தருகிறேன்'' என்று கூறி பணமுடிப்பையும் தந்தார். அந்தப் பரம பாகவதரை, மறுபடி ஒருமுறை ஆசிர்வதித்தார் வாசுதேவ சர்மா. அன்று தாழையூர் மகாஜனங்கள், செட்டியாரைப் புகழ்ந்தனர். சத்சங்கத்திலிருந்து அவர் மேளதாளத்துடன் ஊர்வலமாக வீடுவரை அழைத்துச் செல்லப்பட்டார்.

தாழையூர் சத்சங்கத்தின் விசேஷக் கூட்டம், அன்று விமரிசையாக நடைபெற்றது. உள்ளூர், வெளியூர் பிராமணத் தலைவர்களும், சனாதனிகளான மற்ற வகுப்புப் பெரியவர்களும், இலட்சாதிகாரியும், வைதிகப் பிரியருமான ஸ்ரீமான் குழந்தைவேல் செட்டியாரைப் பாராட்டக் கூடினர். செட்டியார் மீது சத்சங்கத்தின் ஆசீர்வாதம் விழுந்ததற்குக் காரணம், அவர் சனாதனக் கோட்பாட்டைச் செயல்முறையிலேயே நிலைநாட்ட தம் ஒரே மகனையே, வீட்டை விட்டு வெளியேற்றியதுதான். மகன் பரம சாது. ஆனால் சீர்திருத்தவாதி. வேறோர் குலப் பெண்ணைக் கலியாணம் செய்துகொள்ள வேண்டுமென்றான்; செட்டியார் தடுத்தார். மகன் கேட்கவில்லை. ஜாதி ஆசாரத்தைக் கெடுக்கும் பிள்ளை என் வீட்டுக்குத் தேவையில்லை என்று துரத்திவிட்டார்.

தாழையூர்

அன்புள்ள அம்சாவுக்கு,

உனக்குக் கடிதம் எழுத வேண்டும் என்று பல நாட்களாக யோசித்து யோசித்து, கடைசியில் இன்று எழுத உட்கார்ந்தேன். "உனக்காவது, கலியாணம் நடக்கப் போவதாவது. உன்னுடைய கொள்கைகளைக் கட்டிக் கொண்டு நீ அழவேண்டியவளே தவிர, ஊரிலே நாலு பேரைப்போல, காலா காலத்தில் கலியாணம் செய்து, கொண்டு சந்தோஷமாக இருக்கப் போவதில்லை. நீதான் எந்த ஜாதியானாக இருந்தாலும் சரி, காதலித்தவனைத்தான் கலியாணம் செய்து கொள்வது; அதிலேயும், ஐயர் இல்லாமல் செய்து கொள்வது என்று கூட்டங்களிலே பேசுகிறாயே! அது எப்படியடி நடக்கும்" என்று என்னைக் கேலி செய்தபடி இருப்பாயல்லவா. அடி முட்டாளே, கேள்! உனக்குக் காதலைப் பற்றிக் கடுகுப் பிரமாணமும் தெரியாது. இப்போதாவது தெரிந்து கொள்; என் சபதம் நிறை வேறிவிட்டது. அடுத்த வெள்ளிக்கிழமை, எனக்குக் கலியாணம்! ஐயர், நுழையவே முடியாத இடத்தில், சிங்காரபுரிச் சேரியிலே உள்ள சீர்திருத்தச் சங்கத்திலே கலியாணம்! யார் தெரியுமா? என் மாமனாரைப் பார்த்தால், பக்தையான நீ கீழே விழுந்து விழுந்து கும்பிடுவாய் - அவ்வளவு சிவப்பழமாக இருப்பார். தாழையூர் தனவணிகர் குழந்தைவேல் செட்டியார் என்றால் எந்தக் கோவில் அர்ச்சகரும், "மஹா பக்திமானல்லவா" என்று ஸ்தோத்தரிப்பார்கள். அப்படிப்பட்டவர் தவம் செய்து பெற்ற பிள்ளைதாண்டி, என் கணவர், பெயர் பழனி!

அவர் என்னை வெற்றி கொள்ள அதிகக் கஷ்டப்படவில்லை. எப்போதாவது ஒரு தடவை சீர்திருத்தச் சங்கத்துக்கு வருவார். அதிகம் பேசமாட்டார். மற்றவர்கள் பேசும்போது, மிகக் கவனமாகக் கேட்பார். அதிலும் நான் பேசும்போது, ஆனந்தம் அவருக்கு. மெல்ல மெல்ல நான் அவரைச் சீர்திருத்தக்காரராக்கினேன். ஆரம்பத்தில் அவர் ஜாதிச்

சண்டை, குலச்சண்டை கூடாது; வேறு வேறு ஜாதியாக இருந்தாலும், சண்டை சச்சரவு இல்லாமல் வாழ வேண்டும். என்று மட்டுமே கூறி வந்தார். நாளாக நாளாக, தீவிரவாதியானார். நான் என் பேச்சினால் அவரை வென்றுவிட்டேன். அந்தப் பெருமையும், சந்தோஷமும் எனக்கு! அவரோ தன் பார்வையாலேயே என்னை வென்றுவிட்டார். குழந்தை போன்ற உள்ளம் அவருக்கு. சாதாரணமாகப் பல ஆடவருக்கு உள்ள குறும்புப் பார்வை, குத்தலான பேச்சு இவை கிடையாது. 'மிஸ்டர் பழனி' என்று நான் தைரியமாக அவரைக் கூப்பிடுவேன். அவரோ நாகவல்லி என்றுகூடத் தைரியமாக என்னைக் கூப்பிட மாட்டார். புன்சிரிப்புடன் என் அருகே வருவார். அவ்வளவு சங்கோஜம். ஆனால் அவருடைய காதலைக் கண்கள் நன்றாக எடுத்துக் காட்டியபடி இருந்தன. துணிந்து ஒரு தினம் கேட்டார். நான் திடுக்கிட்டேன்! அவர் கேட்டாரே என்பதால் அல்ல, அந்தக் கேள்வி என் மனத்திலே எழுப்பிய களிப்பைக் கண்டு!

'நான் என்ன ஜாதி? நீங்கள் சைவச் செட்டியார் குலம்!' என்று நான் கூறினேன். அவர், நான் அடிக்கடி சங்கத்திலே ஜாதியைக் கண்டித்துப் பேசுவேனே, அந்த வாதங்களை எடுத்துக் கூறினார். அன்று மாலை மணி ஆறு இருக்கும். "அம்சா! என்ன இருந்தாலும் இந்த ஆண்களே கொஞ்சம் அவசரக்காரர்கள்தான். பேச்சு நடந்துகொண்டே இருக்கையில் அவர், திடீரென்று என்னை ஆரத் தழுவிக்கொண்டார். எதிர்ப்பவர்களின் வாதங்களைக் கண்டு தவிடு பொடியாக்கும் திறமை கொண்ட நான், பைத்தியம்போல ஐயோ! விடுங்கள்! யாராவது வந்துவிட்டால்!' என்று குழைந்து கூறினேன். நல்ல வேளை, பழனி, என் பேச்சைக் கேட்கவில்லை! எனது அதரங்கள்... சகஜந்தானேடி! பிறகு அவர் ஒவ்வொரு மாலையும் வர ஆரம்பித்தார். காலையிலே நான் பள்ளிக்கூடத்தில் பிள்ளைகளுக்குப் பாடம் சொல்லிக் கொடுக்கும்போதெல்லாம் அன்று மாலை அவர் என்ன பேசுவார். என்னென்ன விதமாக விளையாடுவார் என்று

நினைத்தபடியே இருப்பேன். வங்காளத்துக்குத் தலைநகரம் எது என்று கேட்கவேண்டும்; நானோ கல்கத்தாவுக்குத் தலைநகரம் எது என்று கேட்பேன். என் வகுப்பிலேயே புத்திசாலி வனிதா. அவள் எழுந்திருந்து 'கேள்வியே தவறு' என்றாள். எனக்குக் கோபம் பிரமாதமாக வந்தது. பிறகு, என் தவறை உணர்ந்து நானே சிரித்துவிட்டேன். சிரித்ததும் எனக்கு அவருடைய கவனம்தான் வந்தது. ஏன் தெரியுமா? நீ குறும்புக்காரி; உன்னிடம் கூற முடியாது!

எங்கள் காதல் வளர வளர, அவர் வீட்டிலே, சச்சரவு வளர்ந்தது. ஜாதி, குல ஆச்சாரத்திலே, ஐயர்மார்கள் தவறி விட்டதாலேயே காலாகாலத்தில் மழை பெய்வதில்லை என்று எண்ணுபவர் என் மாமனார். அதற்குப் பரிகாரமாக மற்ற ஜாதியார் தத்தம் ஜாதியாச்சாரத்தைச் சரியாகக் கவனிக்கவேண்டும் என்று கூறுபவர். அப்படிப்பட்ட கைலாய பரம்பரைக்காரர், சிலுவையின் தயவால் கிருஸ்தவளான சேரிப் பெண்ணைத் தன் மகன் கலியாணம் செய்து கொள்ளச் சம்மதிப்பாரா? வீட்டிலே புயல் அடித்தது. அவர் என் காதலர்; தகப்பனார் போடும் கோட்டைத் தாண்டுபவரல்ல. ஆனால் காதல் இராஜ்யத்திலே, என் மாமனாருக்குக் கோடு போடும் திகாரம் ஏது? தமக்குச் சம்பந்தமில்லாத இலாக்கா என்பதை அவர் மறந்துவிட்டார். அதன் விளைவு என்னென்ன தெரியுமா? தந்தை – மகன் என்ற சம்பந்தமே அறுபட்டுப் போய்விட்டது. 'அந்தக் கிருஸ்தவச் சிறுக்கியைக் கல்யாணம் செய்து கொள்வதானால் என் முகாலோபனம் செய்யக் கூடாது. இனி நீ என் மகன் அல்ல. நட, வீட்டை விட்டு,' என்று கூறிவிட்டாராம். பழனி எங்கள் கிராமத்துக்கே வந்துவிட்டார். இரண்டு மைல்தான் இருக்கும் தாழையூருக்கும் சிங்காரபுரிக்கும். ஆனால் இரண்டு மைலை அவர் தாண்டும்போது, ஓர் உலகத்தை விட்டு மற்றோர் உலகுக்கே வந்து சேர்ந்தார் என்றுதான் அர்த்தம், அடி, அம்சா! அந்த உலகிலே, என் காதலருக்கு மாளிகை இருக்கிறது; வைரக் கடுக்கன் இருக்கிறது; தங்க அரைஞாண் இருக்கிறது; இரும்புப் பெட்டியிலே இலட்சக்கணக்கிலே கொடுக்கல்

வாங்கல் பட்டி இருக்கிறது. இரட்டைக் குதிரைச் சாரட்டும், கூப்பிட்ட குரலுக்கு ஓடிவரும் ஆட்களும் உள்ளனர். இரண்டே மைல் தாண்டி இங்கே வந்தார்.. என்ன இருக்கிறது? என்னுடைய பழைய வீடு! தோட்டத்திலே பூசனிக்கொடி! தெருக்கோடியில் ஒரு வெறி நாய். இவ்வளவுதான்!

'கண்ணாளா! என் பொருட்டு ஏனோ இந்தக் கஷ்டம்?" என்று நான் கனிவுடன் கேட்டேன். அவரோ, "ஒருவருடன் வாதாடிப் பாதி உயிர் போயிற்று; இனி உன்னிடமும் வாதாட வேண்டுமா?" என்று கேட்டார். எவ்வளவோ செல்வத்தை என் பொருட்டுத் தியாகம் செய்த அந்தத் தீரரை நான் என்ன போற்றினாலும் தகும். 'உன் அன்புக்கு ஈடாகாது அந்த ஐஸ்வரியம்' என்றார். 'உன் கண்ணொளி முன் வைரம் என்ன செய்யும்' என்று கேட்டார். 'உன் ஒரு புன்சிரிப்புக்கு ஈடோ, என் தகப்பனாரின் பெட்டியிலே கிடக்கும் பவுன்கள்' என்றார். ஒவ்வொரு வாசகத்துக்கும் முத்தமே முற்றுப் புள்ளி! காதலர் இலக்கணம் அலாதி அல்லவா! உன்னிடம் சொல்கிறேன் நான். நீயோர் மரக்கட்டை!

கடைசியில், சிங்காரபுரியிலேயே அடுத்த வெள்ளிக் கிழமை கல்யாணம் என்று நிச்சயமாகிவிட்டது. யாராரோ தடுத்துப் பார்த்தார்கள் அவரை; முடியவில்லை. தாழையூர் கொதிக்கிறது. என் மாமனார் தற்கொலை செய்து கொள்ளக் கூட நினைத்தாராம்! ஆனால் ஏதோ ஒரு சிவபுராணத்திலே, ஆண்டவன் கொடுத்த உயிரை அவராகப் பார்த்து அழைக்கும் முன்னம் போக்கிக் கொள்வது மகாபாவம் என்று எழுதியிருக்கிறதாம்! இல்லையானால் இந்நேரம் எனக்கு மாமனாரும் இருந்திருக்க மாட்டார். அவர் காலமாகி ஏறக்குறைய 5 வருஷங்களாகின்றனவாம். பழனிக்கு வயது 22. அதாவது என்னைவிட 3 வயது பெரியவர் (என் வயது 19 என்று அவரிடம் சொல்லி வைத்திருக்கிறேன்!) வெள்ளிக் கிழமை நீ அவசியம் வரவேண்டும் அதற்காகத்தான்

இவ்வளவு நீண்ட கடிதம். இன்னும்கூட ஏதாவது எழுதலாமா என்று தோன்றுகிறது. முடியாது; அதோ அவர்....

உன் அன்புள்ள,

நாகவல்லி

“என்னைச் சித்திரவதை செய்வது, அதற்குப் பெயர், காதல் – ஏண்டா தம்பி! காதல்தானே! பெற்றெடுத்த தகப்பனைக்கூட எதிர்க்கச் சொல்கிறதாடா அந்தக் காதல்! ஊரிலே, உலகத்திலே, எவனுக்கும் ஏற்பட்டதில்லை காதல்; உனக்குத்தானே முதலிலே உதித்தது அந்தக் காதல் என் உயிருக்கு உலை வைக்க?

“நான் தங்கள் வார்த்தையை எப்போதாவது மீறி நடந்ததுண்டா?

“மீறி நடப்பவன் மகனாவானா?”

“இது எனக்கு உயிர்ப் பிரச்சனையப்பா?”

“படித்ததை உளறுகிறாய்? இல்லை, அந்தக் கள்ளி கற்றுக் கொடுத்த பாடத்தை ஒப்புவிக்கிறாயா? எனக்குக் கூடத் தெரியுமடா அழுவதற்கு! தலைதலை என்று அடித்துக் கொண்டு, ஒரு திருவோட்டைக் கையிலே எடுத்துக் கொண்டு எங்காவது தேசாந்திரம் போகிறேன். நீ திருப்தியாக வாழ்ந்து கொண்டிரு. அந்தத் திருட்டுச் சிறுக்கியுடன், ஈஸ்வரா! எனக்கு இப்படி ஒரு மகன் பிறக்க வேணுமா? மானம் போகிறதே! தாழையூரிலே தலைநிமிர்ந்து நடக்க முடியவில்லையே. அடே! நீ அவளைக் கல்யாணம் செய்து கொள்ளத்தான் வேண்டுமா? ஒரே பேச்சு. சொல்லி விடு! என் சொல்லைக் கேட்கப் போகிறாயா, இல்லை, அவளைத்தான் கலியாணம்

செய்தாக வேண்டும் என்று கூறுகிறாயா? இரண்டில் ஒன்று சொல்லிவிடு.”

“நான் நாகவல்லியைத் தவிர வேறோர் பெண்ணைக் கலியாணம் செய்து கொள்ள முடியாதப்பா.”

“செய்து கொண்டால் அவளைக் கலியாணம் செய்து கொள்வது. இல்லையானால் பிரம்மச்சாரியாகவே இருந்து விடப் போகிறாயோ? சரி! நீ பிரம்மச்சரியாகவே இருந்து தொலை. உனக்கே எப்போது பித்தம் குறைகிறதோ. அப்போ பார்த்தும் கொள்வோம்...”

“அப்பா! நான் நாகவல்லிக்கு வாக்களித்துவிட்டேன்.”

“தகப்பன் உயிரை வாட்டுகிறேன் என்றா?”

“இன்னும் ஒரு வாரத்தில் அவளைக் கலியாணம் செய்து கொள்வதா?”

“பழனி! நட இந்த வீட்டை விட்டு! என்னை இதுவரை சம்மதம் தரவேண்டும் என்று ஏன் கேட்டுக் கொண்டிருக்கிறாய்; அவளுக்கு வாக்குக் கொடுத்தபோது, உன் புத்தி எங்கே போயிற்று? நான் ஒருவன் இருக்கிறேன் என்ற நினைப்புக்கூட இல்லை உனக்கு. இனி நீ என் மகன் அல்ல; நான் உனக்குத் தகப்பனல்ல! அடே பாவி! துரோகி! குலத்தைக் கெடுக்கப் பிறந்த கோடாரிக் காம்பே! என்னை ஏன் உயிருடன் வதைக்கிறாய்? நான் தூங்கும்போது பெரிய பாறாங்கல்லை என் தலைமீது போட்டு சாகடித்துவிடக் கூடாதா? என் சாப்பாட்டிலே விஷத்தைக் கலந்துவிடக் கூடாதா? என் பிணம் வெந்த பிறகு நீ அந்தக் கிருஸ்தவப் பெண்ணை மணம் செய்து கொள்ளடா, மகாராஜனாக!”

“அப்பா! நான் இதுவரை தங்களிடம் இப்படிப்பட்ட கடுமையான பேச்சைக் கேட்டதில்லையே!”

“அடே! பேசுவது நீ அல்ல! போதையிலே பேசுகிறாய். நாகத்தைத் தீண்டியதால் மோகம் என்ற போதை உன் தலைக்கு ஏறிவிட்டது.”

“மோகமல்ல அப்பா! காதல்! உண்மைக் காதல்!”

“நாடகமா ஆடுகிறாய்?”

“என் உயிர் ஊசலாடுகிறதப்பா!”

இப்படிப்பட்ட கடுமையான உரையாடலுக்குப் பிறகுதான், பழனி, வீட்டை விட்டு வெளிக்கிளம்பினான். தகப்பனாரையும் அவருடைய தனத்தையும் துறந்து, நாகவல்லி தன் சினேகிதை அம்சாவுக்கு, தனக்கு ஏற்பட்ட காதல் வெற்றியைப் பற்றிக் கடிதம் எழுதிக் கொண்டிருந்தபோது பழனி நைடதம் படித்துக் கொண்டிருந்தான். நளனும் தமயந்தியும் காதல் விளையாட்டிலே ஈடுபட்ட கட்டத்தைப் படித்தபோது அவனுக்கு, செய்யுளின் சுவையை நாகவல்லிக்குக் கூற வேண்டுமென்று எண்ணம் பிறந்தது. உள்ளே நுழைந்தான். கடிதத்தை எடுத்தான். படித்தான், களித்தான், பரிசும் தந்தான். வழக்கமான பரிசுதான்! அவனிடம் வேறு என்ன உண்டு தர? குழந்தைவேல் செட்டியார் கலியாணத்துக்குச் சம்மதித்திருந்தால், வைரமாலை என்ன, விதவிதமான கைவளைகள் என்ன, என்னென்னவோ தந்திருப்பான். இப்போது தரக் கூடியதெல்லாம் மணப்பெண்ணுக்கு மாப்பிள்ளை முத்தாரமன்றி வேறோர் ஆபரணம் தரவில்லை.

அதுபோதும் என்றாள் அந்தச் சரசி! வயோதிகக் கணவன் தரும் வைரமாலை, இதற்கு எந்த விதத்திலே ஈடு?

நாகவல்லியின் கடிதம் முடிகிற நேரத்தில்தான், ஒரே மகனைக்கூட வீட்டைவிட்டு வெளியேற்றிவிடும் அளவுக்கு வைராக்கியம் கொண்ட சனாதனச் சீலர் குழந்தைவேல் செட்டியாரைத் தாழையூர் சத்சங்கம் பாராட்டிக் கொண்டிருந்தது. ஊர்வலமாக அவர் அழைத்துச் செல்லப்பட்டபோது, அவருடைய எதிரிலே, நாகவல்லியும், பழனியும் கைகோர்த்துக் கொண்டு நின்று கேலியாகச் சிரிப்பதுபோலத் தோன்றிற்று. திடசித்தத்துடன், மகனை வீட்டை விட்டுத் துரத்திவிட்டாரே, தவிர, மனது கொந்தளித்தபடி இருந்தது. அவரையும் அறியாது அழுதார். ஆனந்தபாஷ்யம் என்றனர் அன்பர்கள்!

வெள்ளிக்கிழமை, பழனி – நாகவல்லி வாழ்க்கை ஒப்பந்தம் பத்தே ரூபாய் செலவிலே விமரிசையாக நடைபெற்றது. ஜில்லா ஜட்ஜு ஜமதக்னி தலைமை வகித்தார்.

பச்சை, சிவப்பு, ஊதா, நீலம் முதலிய பல வர்ணங்களிலே பூ உதிர்வது போன்ற வாணவேடிக்கை! அதிர்வேட்டு தாழையூரையே ஆட்டிவிடும் அளவுக்கு. அழகான தங்க நாயனத்தை அம்மையப்பனூர் ஆறுமுகப்பிள்ளை, வைர மோதிரங்கள் பூண்ட கரத்திலே ஏந்திக் கொண்டு, தம்பிரான் கொடுத்த தகட்டியை ஜெமீன்தார் ஜகவீரர் பரிசாகத் தந்த வெண்பட்டின் மீது அழகாகக் கட்டிவிட்டு, ரசிகர்களைக் கண்டு ரசித்து நிற்க, துந்தபிகான துரைசாமிப் பிள்ளை, விட்டேனா பார் என்ற வீரக்கோலத்துடன் தவுலை வெளுத்துக் கொண்டிருந்தார். பவமறுந்தீஸ்வரர் பிரம்மோத்சவத்தின் ஆறாம் திருவிழாவன்று. அன்று உபயம் ஒரே மகனையும் துறந்துவிடத் துணிந்த உத்தமர் குழந்தைவேல் செட்டியாருடையது. அன்று மட்டுமல்ல. செட்டியார் ஒவ்வொரு நாளும் அதுபோன்ற ஏதாவதோர் ‘பகவத் சேவா’

காரியத்திலேயே ஈடுபட்டுக் கொண்டிருந்தார். பணமும், பகவானுடைய சேவையினால் மளமளவென்று பெட்டியை விட்டுக் கிளம்பியபடி இருந்தது ஊரெங்கும் செட்டியாரின் தர்ம குணம் பகவத் சேவை இவை பற்றிய பேச்சு. "இருந்தால் அப்படி இருக்கவேண்டும். மகனென்றுகூடக் கவனிக்கவில்லை; ஜாதியைக் கெடுக்கத் துணிந்தான் பழனி! போ வெளியே என்று கூறிவிட்டார். இருக்கிற சொத்து அவ்வளவும் இனி பகவானுக்குத்தான் என்று சங்கல்பம் செய்து கொண்டார்" என ஊர் புகழ்ந்தது. பழனியின் நிலைமையோ?

பகுதி: 2

"உன் தகப்பனார் பெரிய வைதீகப்பிச்சு அல்லவா? அவரைத் திருத்த முடியாத நீ, ஊரைத் திருத்த வந்துவிட்டாயே, அது சரியா?"

"தகப்பனார் பேச்சைக் கேட்காதவனுக்குத் தறுதலை என்று பெயர் உண்டல்லவா? நீ ஏன் பழனி என்று பெயர் வைத்துக் கொண்டாய்? தறுதலை என்ற பெயர்தானே பொருத்தம்?"

இப்படிப்பட்ட கேள்விகள், அவற்றுக்கு எவ்வளவு சாந்தமான முறையிலே பதில் கூறினாலும் கலவரம், கல்லடி, இவைதான் பழனி பெற்று வந்த பரிசுகள். பல இலட்சத்தைக் கால் தூசுக்குச் சமானமாகக் கருதி, தன் கொள்கைக்காக, காதலுக்காக, தியாகம் செய்த அந்தத் தீரன், சீர்திருத்தப் பிரசாரத்தில் ஈடுபட்டு, ஊரூர் சென்று சொற்பொழிவு செய்வதை மேற்கொண்டான். ஒரு வேலைக்கும் போகாமல்! அவனுக்கு 'மகாஜனங்கள்' தந்த பரிசுகள் இவை. காதலின் மேம்பாட்டை உணர மறுத்து, கலியாணம் என்பது, கட்டளையாக இருக்கக் கூடாது. நிர்ப்பந்தமாக இருத்தலாகாது. பரஸ்பர அன்பும், சம்மதமும் இருக்க வேண்டும், காதலர் கருத்து ஒருமித்து வாழ்வதே இன்பம் என்பன போன்ற கொள்கைகளை ஏற்க மறுத்து, ஜாதீப்பீடையை ஆண்டவன் ஏற்பாடு என்று விடாப் பிடியாகக் கொண்டு, ஒரே மகனை உலகில் பராரியாக்கிவிட்டு, பகவத் கைங்கரியம் என்ற பெயரால், சொத்தை விரயம் ஆக்கிக் கொண்டிருந்த குழந்தைவேல் செட்டியார், "தர் மிஸ்டர், சனாதன சீலர். பக்திமான்" என்று கொண்டாடப்பட்டார். கோவில் மாலை அவருடைய மார்பில்! ஊர்க்கோடியில் உலவும் உலுத்தர்கள் வீசும் கற்கள், பழனியின் மண்டையில்! பழனி மனம் உடையவில்லை.

நாகவல்லியின் அன்பு அவனுக்கு. எந்தக் கஷ்டத்தையும் விநாடியிலே போக்கிவிடும் அபூர்வ மருந்தாக இருந்தது.

"இன்று எத்தனை கற்கள்?" என்றுதான் வேடிக்கையாகக் கேட்பாள் நாகவல்லி.

"பெரிய கூட்டம். வாலிபர்கள் ஏராளம். நாகு! பெண்கள் கூட வந்திருப்பார்கள்!" என்று கூட்டத்தின் சிறப்பைக் கூறுவான் பழனி. இவ்விதமாக வாழ்க்கை ஒரே ஊரில் அல்ல! நாகவல்லி ஆறு மாதத்துக்குள் ஓர் ஊரிலிருந்து மற்றோர் ஊருக்கு மாற்றப்படுவது வழக்கமாகிவிட்டது. அவள் மேல் குற்றம் கண்டு பிடித்தால், கஷ்ட ஜீவனந்தான். ஆனால், மற்றக் குடும்பங்கள், வீடு வாங்கினோம், நிலம் வாங்கினோம், இரட்டை பேட்டைச் செயின் செய்தோம். இரண்டுபடி கறக்கும் நெல்லூர்ப்பசு வாங்கினோம் என்று பெருமை பேசினரே தவிர, வாங்கின வீட்டுக்கு மாடி இல்லையே, நிலம் ஆற்றுக்கால் பாய்ச்சல் இல்லையே. செயின் எட்டுச் சவரன் தானே – பசு வயதானதாயிற்றே என்ற கவலையுடனேயே இருந்தன. நாகவல்லி பழனி குடும்பத்துக்கு அத்தகைய பெருமையும், கவலையும் கிடையாது.

"நாகு! தெரியுமா விசேஷம்?"

"என்ன, எந்தக் கோட்டையைப் பிடித்துவிட்டீர்கள்?"

"இடித்துவிட்டேன் கண்ணே!"

"எதை?"

"மருங்கூர் மிராசுதாரரின் மனக்கோட்டையை! அவர் தன்னுடைய கிராமத்தின் எவனாவது சீர்திருத்தம்.

சுயமரியாதை என்று பேசினால் மண்டையைப் பிளந்து விடுவேன் என்று ஜம்பமடித்துக் கொண்டிருந்தாரல்லவா, நேற்று, அந்த மனக்கோட்டையை இடித்துத் தூள்தூளாக்கி விட்டேன். பெரிய கூட்டம்! பிரமித்துப் போய்விட்டார்.

"சரியான வெற்றி! எப்படி முடிந்தது."

"ஒரு சின்ன தந்திரம்! மிராசுதாரர் மருமகன் இருக்கிறானே. அவனுக்கும் மிராசுதாரருக்கும் மனஸ்தாபமாம். யுக்தி செய்தேன். அந்த மருமகனைத் தலைவராகப் போட்டுக் கூட்டத்தை நடத்தினேன். மிராசுதாரர் 'கப்சிப்' பெட்டிப் பாம்பாகிவிட்டார்."

"அவன் நமது இயக்கத்தை ஆதரிக்கிறானா?"

"இயக்கமாவது. அவன் ஆதரிப்பதாவது; அவனுக்கு என்ன தெரியும்? ஒப்புக்கு உட்கார வைத்தேன்."

"அவனா? நாகா! நீ வரவில்லையே! வந்திருந்தால், வயிறு வெடிக்கச் சிரித்துவிட்டிருப்பாய், அவன் பேச்சைக் கேட்டு."

"ரொம்ப காமிக் பேர்வழியோ?"

"காமிக்குமில்லை, கத்தரிக்காயுமில்லை! அவன் உலகமறியாதவன். ஆரம்பமே, எப்படித் தெரியுமோ? 'ஏலே! யார்டா அவன், காத்தானா? உட்காரு கீழே இப்ப, பிரசங்கம் நடக்கப் போவுது. கப்சிப்னு சத்தம் செய்யாமே கேட்கவேணும் எவனாவது ஏதாச்சும் சேஷ்டை செய்தா தோலை உரிச்சுப் போடுவேன். ஆமாம்!' – இதுதான். நாகு! அவன் பிரசங்கம்."

"அட இழவே! இந்த மாதிரி ஆட்களைச் சேர்த்தால் இயக்கம் கெட்டுத்தானே போகும்."

"சேர்க்கறதாவது! நடக்கறதாவது! கூட்டம் நடத்தவே வழி கிடைக்காமே இருந்தது. அதற்காக அந்த ஆளை இழுத்துப் போட்டேன். கூட்டம் முடிந்ததும் பத்துப் பேருக்கு மேலே, மிகத் தீவிரமாகிவிட்டார்கள் இனி யார் தயவும் வேண்டாம்; நாமே கூட்டம் போடலாம் என்று சொன்னார்கள்."

இப்படிப்பட்ட பேச்சுதான், பழனி – நாகவல்லிக்கு! வேறு என்ன பேச முடியும்? புதிய பங்களாவைப் பற்றியா, பவள மாலையைப் பற்றியா?

"எங்கே நாகு, செயின்?"

"பள்ளிக்கூடத்தில்!"

"என்ன விளையாட்டு இது? கழுத்தே அழகு குன்றி விட்டது. அந்தச் செயின் இல்லாமல், எங்கே செயின்?"

"சேட் லீலாராமிடம் 25க்கு அடகு வைத்திருக்கிறேன்."

"ஏன்?"

"சும்மா, தமாஷுக்கு! அந்த மிராசுதாரனின் மருமகனைச் சொல்லிவிட்டீர், உலகமறியாதவன் என்று. இன்னும் மூன்று மாதத்திலே தகப்பனாராகப் போகிற விஷயம்கூட உங்களுக்குத் தெரியவில்லை. இருபத்து ஐந்து ரூபாய் வாங்கித்தான், இரண்டு மாத டாக்டர் பில் கொடுத்தேன். மிச்சமிருக்கும் பத்து ரூபாய்க்கு பெர்னாட்ஷா வாங்கினேன்."

“பழனியின் குடும்பக் கணக்கு இவ்விதம் இருந்தது. அதே நேரத்தில், குழந்தைவேலச் செட்டியார் தன் குமஸ்தாவிடம் சொல்லிக் கொண்டிருப்பார், கணக்கு :

ரூ. பை

வட்டி வரவு வடிவேல் பிள்ளை மூலம் 650.00

வாடகை வரவு வில்வசாமி மூலம் 400.00

நெல் விற்ற வகையில் வரவு 2600.00

நேத்திரானந்தர் மடத்துக் கைங்கரியச் செலவு 600.00

பிக்ஷாண்டார்கோவில் வாகன கைங்கரியச் செலவு 1260.00

பிடில் சுந்தரேச ஐயர் மகள் கலியாணச் செலவு 302.00

வாணக் கடைக்கு 46.00

பூப்பல்லக்கு ஜோடிக்க 260.00

என்று இவ்விதம், செட்டியார் வீட்டிலே சூடிக் கொள்வதற்கு ஆளில்லாததால் மூலையில் குவிந்த மலர் மாலைகள், பழனியின் மடியில் மலர்ந்த தாமரை போன்றமுகம், அதிலே ரோஜா போன்ற கன்னம், முத்துப்பற்கள், அவற்றைப் பாதுகாக்கும் பவளஇதழ், பவுன்நிற மேனி... ஏழ்மை. ஆனாலும், கொள்கையின்படி வாழ்வு அமைந்ததால் இன்பம் அங்கே, செல்வம், ஆனால் மனம் பாலைவனம் – செட்டியார் வீட்டில்.

பழனி பராரியாகி, சோற்றுக்கே திண்டாடி, மனைவியால் வெறுக்கப்பட்டுத் தன் வீட்டு வாயிற்படிக்கு வந்து நின்று, “அப்பா! புத்தியில்லாமல் ஏதோ செய்து விட்டேன். பொறுத்துக் கொள்ளுங்கள்” என்று கெஞ்ச வேண்டும். “சீ நீசா! என் முகத்தில் விழிக்காதே! உன்னைக் கண்டாலே நரகம் சம்பவிக்கும்” என்று ஏசவேண்டும்; பழனி கதறவேண்டும்; பிறகு. அவனை மன்னித்து உள்ளே சேர்த்துக் கொள்ளவேண்டும்; இதுவே செட்டியாரின் நித்யப்

பிரார்த்தனை. எந்தத் தெய்வத்திடம் மனுச் செய்தும், மகன் வாயிற்படி வரவும் இல்லை; வறுமையால் தாக்கப்பட்டதற்காக, மனம் மாறினதாகவும் தகவலில்லை.

"கைகோர்த்துக் கொண்டு கலகலவென்று சிரித்துக் கொண்டே போனார்கள்."

"பழனி, ராஜா போலத்தான் இருக்கிறான்."

"ரொம்ப அழகாகப் பேசுகிறான்."

"நேற்றுக் கூட்டத்திலே கல்விழுந்தபடி இருந்தது. பழனி கொஞ்சம்கூடப் பயப்படாமல் பேசிக்கொண்டே இருந்தான்" என்றெல்லாம் செய்திகள் வந்தவண்ணம் இருந்தன. ஒவ்வொரு செய்தியும் செட்டியாருக்குச் செந்தேள்தான்! துடித்தார், அவன் துயரமின்றிச் சந்தோஷமாக வாழ்கிறான் என்று கேட்டு. தகப்பனார் மகன் விஷயமாகக் கொள்ளக்கூடிய உணர்ச்சியால்தான். ஆனால் குழந்தைவேல் செட்டியார், பழனியைத் தன் மகன் என்று எண்ணவில்லை; தன் பணத்தை அலட்சியப்படுத்திய ஆணவக்காரன் என்றே எண்ணினார்.

"இருக்கட்டும், இருக்கட்டும்; அவள் எத்தனை நாளைக்கு இவனிடம் ஆசை காட்டப் போகிறாள்? முதலிலே கோபித்துக் கொண்டாலும் பிறகு சமாதானம் ஆகிவிடுவார். அப்போது சொத்து பழனிக்குத் தரப்படும். நாம் சொகுசாக வாழலாம் என்று அந்தச் சிறுக்கி எண்ணிக் கொண்டுதான் என் மகனைத் தன் வலையிலே போட்டுக் கொண்டாள். கடைசி வரை ஒரு பைசா கூட நான் தரப் போவதில்லை என்று தெரிந்தால் 'போய் வாடா' என்று கூறிவிடுவாள்! பயல், வந்து சேருவான்! பணத்தாசையால் தானே அவள் அவனை மயக்கி வைத்தாள்" என்று எண்ணி, மனத்தைத் தேற்றிக் கொள்வார்.

அவருக்கென்ன தெரியும். அவர்கள் சிருஷ்டித்துக் கொண்ட இராஜ்யத்திலே. பணத்துக்கு அல்ல மதிப்பு என்பது!

மறையூர், நால்வரின் பாடல் பெற்ற தலமல்ல. ஆனால் அதற்கு அடுத்த படிக்கட்டிலிருந்த அடியார்கள் பலர் அந்த க்ஷேத்திரத்தைப் பற்றிப் பாடியிருக்கிறார்கள். அங்கிருந்த ஒரு மண்மேடு; ஒரு காலத்தில் மால்மருகன் கோவிலாக இருந்ததென்று வைதிகர்கள் கூறுவர். குழந்தைவேல் செட்டியாருக்கு, மறையூர் முருகன் கோவிலை அமைக்கும் திருப்பணியின் விசேஷத்தைத் தாழையூர் சனாதனிகளும், மறையூர் வைதிகர்களும் கூறினர். அவரும் வெகுகாலத்துக்கு முன்பு கலனாகிப்போன திருக்கோவிலை மீண்டும் அமைத்துத் தரும் பாக்கியம் தமக்குக் கிடைத்ததே என்று பூரித்தார். பணத்துக்குக் குறைவில்லை. ஆகவே, நினைத்த மாத்திரத்தில் ஆள், அம்பு, தளவாடங்கள் வந்து சேர்ந்தன. செட்டியார் மறையூர் முகாம் ஏற்படுத்திக்கொண்டு, கோவில் வேலையை ஆரம்பித்து விட்டார். பல ஊர்களிலிருந்து கட்டட வேலைக்காரர்கள், சிற்பிகள், ஓவியக்காரர், கூலிகள் ஆகியோர் மறையூர் வந்து குவிந்தனர். மறையூர் சேரிக்குப் பக்கத்திலே, நூறு குடிசைகள் புதிதாக அமைக்கப்பட்டு, அவற்றிலே கூலி வேலை செய்பவர்கள் தங்க ஏற்பாடு செய்யப்பட்டது. அதிகாலை எழுந்திருப்பார். காலைக் கடனை முடித்துக்கொண்டு, திருப்பணியைக் கவனிப்பார். அரைத்த சுண்ணாம்பை எடுத்துப் பார்ப்பார்; செதுக்கிய கம்பளங்களைத் தடவிப் பார்ப்பார்; வேலையாட்களைச் சுறுசுறுப்பாக்குவார்; சோலையிலே புஷ்பங்கள் மலரத் தொடங்கியதும் வண்டுகள் மொய்த்துக் கொள்வதுபோல, மறையூரில் வேலையாட்கள் குழுமி விட்டனர். ஒவ்வோர் மாலையும், அங்கிருந்த பெரிய ஆல மரத்தடியிலே அமர்ந்து அன்றாடக் கூலியைத் தருவார்.

பழனிமேல் ஏற்பட்ட கோபம், செட்டியாரின் சொத்தை மதிலாகவும், பிரகாரமாகவும், திருக்குளமாகவும்,

மண்டபமாகவும் மாற்றிக் கொண்டிருந்தது. இந்தக் கோவில் கட்டும் வேலையிலே ஈடுபட்டுக் கொண்டிருந்த வேலையாட்களிலே, பெண்களும் ஏராளம். அவர்களிலே குமரி ஒருத்தி. மாநிறம். ஆனால், உழைப்பால் மெருகேறின உடல். குறுகுறுப்பான பார்வை. இயற்கையான ஒரு புன்னகை தவழ்ந்தபடி இருக்கும். என்ன வேலை செய்து கொண்டிருந்தாலும் மெல்லிய குரலிலே ஏதாவது பாடிக் கொண்டே இருப்பாள். இருபதுக்குள்தான் வயது! பருவ கர்வத்துடன் விளங்கும் அப்பாவையின் பார்வையிலேயே ஒருவித மயக்கும் சக்தி இருந்தது. கொச்சைப் பேச்சோ, வேதாந்திருக்குக்கூட இச்சையைக் கிளறிவிடுவதாக இருக்கும். அவள் கோபமே கொள்வதில்லை.

“எலே! குட்டி! என்ன அங்கே குரங்கு ஆட்டம் ஆடறே!” என்று மேஸ்திரி முத்துசாமி மிரட்டுவான். குமரி பயப்படவுமாட்டாள்; கோபிக்கவும் மாட்டாள். “அண்ணி, காலையிலே சண்டை போட்டுதா?” என்று கேலி பேசுவாள். கடைக்கண்ணால் பார்ப்பது குமரிக்கு வழக்கமாகிவிட்டது. கடைக்கண்ணால் பார்த்துக்கொண்டே, முகவாய்க்கட்டையில் கைவைத்துவிட்டு, கழுத்தை ஒரு வெட்டு வெட்டி, “அடே அப்பா! காளைமாடு மாதிரி விழிக்கிறான் பாரு. ஏமாறுகிறவ நான் இல்லை. அதுக்கு வேறே ஆளைப் பாருடா, ராசா தேசிங்கு” என்று குறும்பாகப் பேசுவாள். யாராவது அவளிடம் கொஞ்சம் அப்படி இப்படி நடக்க நினைத்தால்.

“குட்டி பார்ப்பதும், சிரிப்பதும், குலுங்கி நடப்பதும், வெடுக்கென்று பேசுவதும் பார்த்தா, தொட்டால் போதும் என்று தோன்றுகிறது; கிட்டே போனாலோ, நெருப்பு, நெருப்பிடம் போவது போலச் சீறி விழுகிறாளே, இப்படி ஒருத்தி இருப்பாளா?” என்று பலபேர் தோல்விக்குப் பிறகு பேசிக் கொள்வார்கள். குமரிக்கு அங்கிருந்தவர்களின் சுபாவம் நன்றாகத் தெரியும். தன்னைப் பாதுகாத்துக் கொள்ளும் வழியும் தெரியும். அதற்காக வேண்டி யாருடனும்

பழகாமலும் இருக்கமாட்டாள். தாராளமாகப் பழகுவாள். ஆனால், 'கெட்ட பேச்சு வரும் என்று தெரிந்தால் போதும்; வெட்டி விடுவாள். காற்றிலே அலையும் ஆடையைச் சரிப்படுத்த நிற்பாள், குறும்புக்காரரின் கண்கள் தன்மீது பாய்வதைக் காண்பாள், முகத்தை எட்டுக் கோணலாக்கிக் காட்டுவாள் அண்ட முடியாத நெருப்பு அவள். அவள் அண்ணனோ, மகா கோபக்காரன். குமரியைக் கலியாணம் செய்து கொள்ள வேண்டும் என்ற நாணயமான கருத்தைக் கொண்டவர்கள்கூடச் சொக்கனிடம் (குமரியின் அண்ணனிடம்) கேட்கப் பயப்படுவார்கள் தாய் தந்தை இருவரும் இல்லை. தங்கைக்கு அண்ணன் துணை; அண்ணனுக்குத் தங்கை துணை. இருவருக்கும் ரோஷ உணர்ச்சியே பலமான கவசம்.

குமரி, வேலை செய்யுமிடத்திலே இருந்தவர் அனைவரையும் 'எடை' போட்டு விட்டாளே தவிர, செட்டியாரை, அவள் சரியாக எடை போடவில்லை. பாவம், பெரிய மனுஷர்! மெத்தாதி, உபகாரி, ஏழைகளிடம் இரக்கம் உள்ளவர் என்றுதான் குமரியும் மற்றவர்களைப் போலவே அவரைப் பற்றித் தெரிந்திருந்தாள். மற்றவர்களிடம் பேசுவதைவிட, அவரிடம் கொஞ்சம் அடக்கமாகவே பேசுவாள். ''யாரங்கே! மணல் ஏன் இப்படிச் சிதறி இருக்கு? பகவானுக்கான காரியம். பாவ புண்ணியம் பார்த்து வேலை செய்யுங்கள். கேவலம், பணத்தை மட்டும் கவனித்தால் சரி இல்லை'' என்று செட்டியார் சொல்வார். மற்றவர்கள் முணுமுணுத்தாலும் குமரி மட்டும் குறைகூற மாட்டாள். ஓடிப்போய், மணற்குவியலைச் சரி செய்வாள்.

மீனா, ஒரு குறும்புக்காரி; கொஞ்சம் கைகாரியும்கூட! அதற்காகவே அவளுக்கு, மேஸ்திரி ஒருநாள் தவறாமல் வேலை கொடுப்பான். இடுப்பிலே கூடை இருக்கும்; அது நிறைய மணல் இருக்காது, ஒய்யார நடை நடப்பாள். 'பாக்கு இருக்கா அண்ணே! ஒரு வெத்திலைச் சருகு கொடுடி முனி!'

என்று யாரையாவது ஏதாவது கேட்டபடி இருப்பாள். கொடுத்தாக வேண்டுமென்பதில்லை; மேஸ்திரியிடம் பேசுவதிலே ரொம்ப குஷி அவளுக்கு. அவனுக்கும்தான்.

"மேஸ்திரியாரே! இருக்குதா?"

"கருக்கு மீசைக்காரனை, இருக்குதான்னு கேக்கறியே!"

"நான் எதைக் கேக்கறேன்? நீ எதைச் சொல்கிறே!"

"கேட்டதற்குப் பதில். நீ என்ன இருக்கான்னு கேட்டே."

"கொஞ்சம் புகையிலை கேட்டேன்."

"காரமா இருக்கும்."

"பரவாயில்லை. அந்தக் காரத்தைக் காணாதவளா நானு? கொடுங்க இருந்தா" – இப்படிப் பேச்சு நடக்கும். இருவரும் பேசும்போது மற்றப் பெண்கள் இளித்துக்கொண்டு நிற்பார்கள். மீனா விடமாட்டாள்.

"ஏண்டி! என்னமோ காணாததைக் கண்டவங்க மாதிரி முழிச்சிக்கிட்டு இருக்கறிங்க."

"ஒண்ணுமில்லையே அக்கா."

"அக்காவா நானு? இவ கொழந்தை! வயது பதினாறு!"

இவ்விதம் வேடிக்கையாகப் பேசுவாள். மற்றப் பெண்களிடம். சிறுங்கல். தலையில் கட்டிய பாகை, வெத்திலைப் பை இவை அடிக்கடி, மீனா மீதுதான் விழும்.

மேஸ்திரி இவற்றை அடிக்கடி வீசுவார். அவள் ஏசமாட்டாள். அவளுக்கு அவன் கெடுத்து வந்த எட்டணா கூலி, இந்த விளையாட்டுக்கும் (விபரீதமற்ற) சேர்த்துதான்.

ஒரு கெட்ட வழக்கம் மீனாவுக்கு! முடிபோட்டு விடுவாள்! திடீர் திடீரென்று தன் மனம் போன போக்கிலே ஜோடி சேர்த்து விடுவாள் – கற்பனையாகவே! அவளுடைய 'ஆருடம்' பல சமயங்களிலே பலித்ததுண்டு. "உன் பல் ரொம்பப் பொல்லாதது. ஒன்றும் சொல்லிவிடாதேடியம்மா" என்று கெஞ்சுவார்கள் மற்றவர்கள். 'இல்லாததை நான் சொல்ல மாட்டேன்' என்று கூறுவாள் மீனா.

மீனாவின் கண்களுக்குத்தான் முதலில் தெரிந்தது, குமரியின் மீது செட்டியாரின் நோக்கம் செல்வது! குமரிக்குத் தெரிவதற்கு முன்பே மீனாவுக்குத் தெரிந்துவிட்டது! குமரி, எந்தப் பக்கத்திலே வேலை செய்து கொண்டிருந்தாலும் அந்தப் பக்கம்தான் செட்டியார் அடிக்கொரு தடவை வருவார். மற்றவர்களை, 'இதைச் செய். அதைச் செய்' என்று நேரிலே கூப்பிட்டுச் சொல்வதற்குப் பதில், குமரியைக் கூப்பிட்டனுப்பி அவள் மூலமாகவே சொல்லி அனுப்புவார். அதாவது, குமரியை அடிக்கடி தன் பார்வையில் வைத்துக் கொண்டிருக்கச் செட்டியார் ஆசைப்பட்டார். எத்தனை நாளைக்குச் செடியிலே இருக்கும் மலரைப் பார்த்து மகிழ்வதோடு இருக்க முடியும்? ஒருநாள் பறித்தே விடுவது என்று தீர்மானமாகித் தானே விடும்! உலகமறிந்தவள் மீனா. ஆகவே உருத்திராட்சம் அணிந்தால் என்ன, விபூதி பூசினாலென்ன, நல்ல முகவெட்டுக்காரியிடம், மனம் தானாகச் சென்று தீரும். அதிலும், கள்ளங்கபடமற்ற குமரியிடம் காந்த சக்தி இருக்கிறது என்பதை அவள் அறிவாள். ஆகவே செட்டியார், குமரியைக் கூப்பிட்டு அனுப்புவது போதாதென்று, மீனாவே சில சமயங்களிலே, குமரியை, "செட்டியாரிடம் போய்" சுண்ணாம்பு அறைந்தது சரியா இருக்கா என்று கேட்டுவா, நாளைக்குப் பிள்ளையார்

பூஜைக்கு மகிழம்பூ வேண்டுமா என்று கேட்டுவா' என்று ஏதாவது வேலை வைத்து அனுப்புவாள்.

பாபம்! ஒவ்வொரு தடவையும் குமரி தபால் எடுத்துக் கொண்டு மட்டும் போகவில்லை. மையலையும் தந்துவிட்டு வந்தாள். அந்தப் பக்தருக்கு தன்னையும் அறியாமல். அவள் சேதியைக் கூறுவாள். அவரோ அவளுடைய சுந்தரத்தைப் பருகுவார். எவ்வளவு இயற்கையான அழகு! கண்களிலே என்ன பிரகாசம்! உடல் எவ்வளவு கட்டு! இவ்வளவுக்கும் ஏழை! அன்றாடம் வேலை! அழுக்கடைந்த புடவை! உப்பிர ஜாதி (ஒட்டர்) மாளிகையிலே உலவவேண்டிய சௌந்திரியவதி என்று எண்ணிப் பரிதாபப்படுவார். ஒருநாள், கையில் சுண்ணாம்புக்கறை படிந்திருந்ததைக் கழுவ எண்ணி, "குமரி! கொஞ்சம் தண்ணீர் கொண்டுவரச் சொல்லு" என்றார் செட்டியார். வழக்கமாக, மேஸ்திரிதான் தண்ணீர் கொட்டுவார். அவர் முதலியார் வகுப்பு. அன்று மேஸ்திரிக்கும் மீனாவுக்கும் பலமான பேச்சு, 'ஆண் உசத்தியா, பெண் உசத்தியா' என்று, ஆகவே குமரிக் கூப்பிட்டும் அவர் வரவில்லை. சரேலெனத் தண்ணீர்ச் செம்பை எடுத்துக்கொண்டு குமரியே போனாள். செட்டியாரும் எங்கேயோ கவனமாக இருந்ததால், தண்ணீர் எடுத்து வந்தது யார் என்றுகூடக் கவனிக்காமல், கையை நீட்டினார். குமரி தண்ணீர் ஊற்றினாள். 'போதுண்டா' என்றார் செட்டியார். அவருடைய நினைப்பு தண்ணீர் ஊற்றியது மேஸ்திரிதான் என்பது. குமரி 'களுக்'கென்று சிரித்துவிட்டாள். செட்டியாருக்கு அப்போதுதான் விஷயம் விளங்கிற்று. அதுவரை அவர் உப்பிர ஜாதியாள் தொட்ட தண்ணீரைத் தொட்டதில்லை. என்ன செய்வது? அவள் அன்போடு அந்தச் சேவை செய்தாள். எப்படிக் கோபிப்பது? "நீயா?" என்று கேட்டார். "ஆமாங்க! மேஸ்திரிக்குத்தான் வேலை சரியாக இருக்கே, அதனாலேதான் நான் எடுத்து வந்தேன். தப்புங்களா? கையைத்தானே கழுவிக் கொண்டீங்க; உங்களுக்குச் சாப்பிட்டாதானே தோஷம்?" என்று கேட்டாள். தொட்ட நீரைத் தொடுவதுகூடத் தோஷம் என்பதுதான் செட்டியாரின்

சித்தாந்தம். ஆனால், அந்தப்பெண், சூதுவாதறியாது சொன்னபோது என்ன செய்வார். செட்டியார் ஒருபடி முன்னேறினார். "உள்ளுக்குச் சாப்பிட்டாத்தான் என்னாவாம். குடலா கருக்கும்!" என்றார். "எல்லாம் மனசுதாங்களே காரணம்!" என்று கொஞ்சும் குரலில் கூறினாள் குமரி. "அதுசரி! ஆமாம்!" என்று கூறிவிட்டு, விரைவாக உள்ளே போய்விட்டார். அவள் விட்டாளா! கூடவே சென்று செட்டியாரின் நெஞ்சிலே புகுந்து கொண்டாள். எல்லாம் மனம்தானே! சிவப்பழமாக இருந்தால் என்ன? மனந்தானே அவருக்கும்.

"யாரை நிறுத்தினாலும் நிறுத்திவிடுவார். குமரியை மட்டும் நிறுத்தவே மாட்டார்."

"ஏன்? என்னா விஷயம்?"

"செட்டியாருக்கு அவளைப் பார்க்காவிட்டால் உசிரே போய்விடும்."

"அம்மா! அவ்வளவு சொக்குப்பொடி போட்டு விட்டாளா அந்தச் சிறுக்கி?"

"பொடியுமில்லை, மந்திரமுமில்லை! அவளைக் கண்டவன் எவன்தான் தேனில் விழுந்த ஈ போலாகாமலிருக்கிறான்? அவகூடக் கிடக்கட்டும், கொஞ்சம் மூக்கும் முழியும் சுத்தமா ஒரு பெண் இருந்தா எந்த ஆம்பிள்ளை, விறைக்க விறைக்கப் பார்க்காமே இருக்கிறான்? செட்டியார், என்னமோ கோவில் கட்டலாமென்றுதான் வந்தார். அவர் கண்டாரா, இங்கே இந்த 'குண்டு மூஞ்சி' இருப்பாளென்று!

பகுதி: 3

“செட்டியார் மேலே பழி போடாதே. அந்த ஆசாமி ரொம்ப வைதீகப் பிடுங்கல். அவ, கைப்பட்டதண்ணீரைக் கூடத் தொடமாட்டார். ஒரே மகன் அவருக்கு. ஜாதியை விட்டு ஜாதியிலே சம்பந்தம் செய்கிறானென்ற உடனே, போடா வெளியே என்று கூறிவிட்டவர்.”

“மவனுக்குச் சொன்னாரு, அப்பாவா இருந்ததாலே! இவருக்கு எந்த அப்பன் இருக்காரு, போ வெளியேன்னு சொல்ல?”

மேஸ்திரி, மீனாவிடமிருந்து தெரிந்து கொண்ட இரகசியத்தைச் சமயம் வரும்போது தனக்குச் சாதகமாக உபயோகித்துக் கொள்ளலாம் என்று எண்ணி, மேற்கொண்டு தகவல்களைக் கேட்டறிய விரும்பினான். மீனா, மேஸ்திரியின் ஆவலைத் தெரிந்துகொண்டு சிரித்தபடி, ‘செச்சே! நீ அதுக்குள்ளே எல்லாம் முடிஞ்சு போச்சின்னு நினைக்காதே. செட்டியாருக்கு அவகிட்ட கொள்ளை ஆசை இருக்கு. ஆனா பயமோ மலையத்தனை இருக்குது. மேலும், குமரி வேடிக்கையாகப் பேசுவாளே தவிர, ரொம்ப ரோஷக்காரி. அதனாலே, செட்டியார் ஏதாவது இளிச்சா, அவ அண்ணனிடம் சொல்லிவிடுவா. சும்மா பார்க்கறதும்; சிரிச்சிப் பேசறதுருமா இருக்க வேண்டியதுதான்” என்று கூறினாள். உண்மையும் அதுதான். செட்டியார் குமரியின் பார்வையையே விருந்தாகக் கொண்டு வாழ்ந்து வந்தார். ஜாதி குல பேதங்கள் அர்த்தமற்றவை என்று பழனி எவ்வளவோ ஆதாரத்தோடு கூறியும், கேட்க மறுத்த செட்டியாரின் மனத்திலே, அந்தப் பெண்ணின் ஒரு புன்னகை எவ்வளவோ புத்தம் புதுக் கருத்துக்களைத் தூவிவிட்டது. ஜாதியாம், மகாஜாதி! இந்தப் பெண்ணுடைய இலட்சணத்துக்கும் குணத்துக்கும் ஒருவன் இலயிப்பானே தவிர, இவள் ஜாதியைக் கண்டு பயப்படுவானா என்ன என்றுகூட நினைத்தார். ஒரு கணம்

அவ்விதம் நினைப்பார். மறுகணமே மாறிவிடும். இதுதான் சோதனை! மாயை என்னை மயக்க வந்திருக்கிறது – இதிலிருந்து தப்பித்தாக வேண்டும் என்று தீர்மானித்து, தேவார திருவாசகத்தையும், அடியார்கள் கதைகளையும், முன்பு படித்ததைவிட மேலும் சற்று அதிக ஊக்கமாகப் படிக்கத் தொடங்கினார். அந்தப் பாவையை மறந்துவிட வேண்டும் என்ற திட்டம் அவருடையது. பாவம். அவருக்கு (அதுவரை)த் தெரியாது, காதல் பிறந்தால், அதன் கனலின் முன்பு எந்தத் திட்டமும் தீய்ந்து போய்விடும் என்ற உண்மை.

“தோடுடைய செவியன்” என்ற பதிகத்தை அவர், அதற்கு முன்பு எத்தனையோ நூறு முறை படித்ததுண்டு. அப்போதெல்லாம், ரிஷபம் ஏறிக்கொண்டு, ஜாடையில் பிறையுடன் சிவனார் வருவதுபோலவே, அவருடைய அகக்கண் முன் சித்திரம் தோன்றும். பரமனுக்குப் பக்கத்திலே. பார்வதி நிற்பதும் தெரியும். ஆனால், அப்போதெல்லாம், ஐயனுடைய அருள் விசேஷத்தைப் பற்றியே செட்டியார் கவனிப்பார். குமரியின் மீது ‘ஆசை உண்டான பிறகோ, பதிகம் படியானதும், பார்வதி பரமசிவனும் அவர் மனக்கண்முன் தோன்றுவதும், பார்வதி பரமசிவனை அன்புடன் நோக்குவதும், அந்த அன்புப் பார்வையால் ஐயனுடைய அகமகிழந்து முகம் மலர்வதும் ஆகிய காதல் காட்சியே அவருக்குத் தெரியலாயிற்று. பதிகம்பாடி, பிரேமையை மாய்க்க முடியவில்லை – வளர்ந்தது. ஏகாந்தமாக இருந்து பார்த்தார், தீ கொழுந்து விட்டெரியத் தொடங்கிற்று. அவரையும் அறியாமல் அவர் மனத்திலே ஒருவகை அச்சம் குடிபுகுந்து விட்டது. எப்படி நான் தப்ப முடியும்? என்ற அச்சம் அவரைப் பிடித்துக்கொண்டது. துறைமுகத்தருகே நின்றுகொண்டு, தன் கப்பலின் வரவுக்காகக் காத்துக் கொண்டிருக்கும் வணிகர்போல, அவர் மனம் பாடுபட்டது. குமரியின் கள்ளங்கபடமற்ற உள்ளம் அவருக்குத் தெரியும். பணிவுள்ளவளாக அவள் தன்னிடம் நடந்து கொள்கிறாள். பசப்பு அல்ல என்பதையும் அறிவார்.

தன் மனத்திலே மூண்டுவிட்ட தீயை அவள் அறியாள். அறிந்தால் திகைப்பாள் என்பதும் தெரியும்.

கொடியிலே கூத்தாடும் முல்லையைப் பறிக்கும் நேரத்தில், வேலிப் பக்கமிருந்து தோட்டக்காரன், "ஏ! யாரது? கொடியிலிருந்து கையை எடு" என்று கூவினால், எவ்வளவு பயம் பிறக்கும்? தோட்டக்காரன் கூவாமல், முல்லையே "நில்! பறிக்காதே! உனக்காக அல்ல, நான் பூத்திருப்பது" என்று கூறினால், பயம் எவ்வளவு இருக்கும். அவ்விதமான அச்சம் செட்டியாருக்கு. அடக்கமுடியவில்லை. அவளோ அணுவளவும் சந்தேகிக்கவில்லை. செட்டியாரின் உண்மை நிலை தெரிந்தால் அவள் உள்ளம் எவ்வளவு வாடும், எவ்வளவு பயப்படு வாள், மதிப்பு துளியாவது இருக்குமா? கொடியிலிருந்து முல்லை பேசுவது போல, அந்தக் குமரி; "ஏனய்யா? இதற்குத்தானா கோவில் கட்டுகிறேன். குளம் வெட்டுகிறேன் என்று ஊரை ஏய்த்தாய்? கட்டுக் கட்டாக விபூதி, காலை மாலை குளியல் – கழுத்திலே உருத்திராட்சம் – கந்தா, முருகா என்று பூஜை! கல் உடைக்க வருபவளைக் கண்டால், கைபிடித்து, இழுப்பது, இதுதான் யோக்கியதையா? ஊருக்கெல்லாம் உபதேசம் செய்கிறாயே, உன்னுடைய வெளிவேஷத்தை நானும் நம்பினேனே! ஏதோ, வயிற்றுக்கில்லாத கொடுமையால் கூலி வேலை செய்ய வந்தேன். என்ன தைரியம் உனக்கு. வேலை செய்ய வந்தவளை வாடி என்று அழைக்க!" என்று கேட்டுவிட்டால்? செ! பிறகு இந்த ஜென்மத்தை வைத்துக் கொண்டும் இருப்பதா? குளம் குட்டை தேட வேண்டியதுதான். ஆண்டவனே என் சபலம் போக ஒரு வழியும் இல்லையா?" என்று செட்டியார் சிந்திப்பார். சிவனாரைத் துதிப்பார். நாளாகவாக, காதல் தன்னைப் பித்தனாக்கிக் கொண்டு வருவதைத் தெரிந்து பயந்தார்.

ஏதுமறியாத குமரி, செட்டியார் ஏதோ கவலையாக இருக்கிறார் என்பதை மட்டும் தெரிந்து கொண்டு வருந்தினாள்.

“என்னாங்க உடம்புக்கு? ஒரு மாதிரி இருக்கறீங்க?”

“ஏன்! அதெல்லாம் ஒண்ணுமில்லையே!”

“ரொம்ப களைச்சாப்போலே இக்கறீங்க.”

“எனக்கென்ன களைப்பு! நான் என்ன, உன்போல வெயிலிலே வேலை செய்கிறேனா?”

“உங்களுக்கு ஏனுங்க. தலை எழுத்தா என்ன, கூலி வேலை செய்ய? நீங்க மகாராஜா.”

“உனக்கு மட்டும் தலை எழுத்தா, இவ்வளவு இளம்பிராயத்திலே சேற்றிலேயும், மண்ணிலேயும் இருக்க? குமரி! உனக்கு ஒரு பணக்காரனாப் பார்த்துக் கலியாணம் செய்து விட்டா, கூலி வேலை ஏன் செய்யப் போறே? பிறகு.”

“வேடிக்கையாகப் பேசறீங்க. அது அதுக்குன்னு ஆண்டவன் அளவு போடாமலா அனுப்புவாரு.”

இப்படி ஏதாவது பேசுவாள் குமரி. மாடிக்குச் செல்வதற்கு, ஒவ்வோர் படிக்கட்டாகக் கால் வைப்பது போலச் செட்டியாரும், ஒவ்வோர் தடவை பேசும்போதும், ஒவ்வொரு வாசகமாகத் தன் நிலையை உணர்த்துவிக்கக் கூறி வந்தார். குமரி, செட்டியாரிடம் இப்படிப்பட்ட நிலை ஏற்படும் என்று துளியும் எதிர்பார்த்தவளல்ல. ஆகவே, அவர் பேசினதன் உட்கருத்தை அவள் உணர்ந்து கொள்ளவே இல்லை.

ஒருமுறை செட்டியார், தன் சோக நிலைமையைக் கூறினார். அவருக்குப் பரிந்து பேச விரும்பிய குமரி.

“ஆமாங்க, எனக்குகூடச் சொன்னாங்க, உங்க மகன் கதையை. யாரோ ஒரு துஷ்டமுண்டே. அவரைக் கெடுத்து விட்டாளாம்.”’ என்றாள்.

“குமரி! அந்தப் பெண்ணைத் திட்டாதே, பெண்கள் என்ன செய்வார்கள். அவன் அவள்மீது ஆசை கொண்டால், அவள் என்ன செய்வாள் பாவம்?” என்று செட்டியார் தன் மருமகள் சார்பிலே ஆஜரானார்! மற்றோர் நாள் “உன் அழகுக்கும் குணத்துக்கும், நீ எங்க ஜாதியிலே பிறந்திருந்தா உன் தலையிலே மணல் வடையா இருக்கும்?” என்று சொல்லிப் பெருமூச்செறிந்தார். மற்றும் ஒருநாள், மார்வலிக்குத் தைலம் தடவும்படிச் சொன்னார். கொஞ்சம் கூச்சம்! இருந்தாலும் ‘கல்மிஷம்’ அற்ற மனத்துடன் அவருடைய மார்புக்குத் தைலம் பூசினாள் குமரி. சதா சர்வகாலமும் அவள் நினைப்பு நெஞ்சிலே இருந்ததே தவிர, ஒருநாளும் அவள், அன்று அமர்ந்திருந்ததுபோலத் தன் அருகே உட்கார்ந்ததே இல்லை. அவள் கை, செட்டியாரின் மார்பிலே பட்டபோது, புளகாங்கிதமானார். கண்களை மூடிக்கொண்டார். அவளுடைய ‘மூச்சு’ அவருக்குத் தென்றல் வீசுவது போலிருந்தது. என்னென்னமோ எண்ணினார். உடலே பதறிற்று அவருக்கு மார்வலி, மட்டுமில்லை, செட்டியாருக்குக் குளிர் ஜுரம் என்று குமரி எண்ணிக் கொண்டாள், அவருடைய உடல் பதறுவதைப் பார்த்து. ஜுரம், ஆம்–ஆனால், அந்த நோயைக் கிளறியது அவளுடைய அழகு என்பதை அவள் அறிந்து கொள்ளவில்லை. ஆபத்து வேளை, ஆனால் தப்பித்துக் கொண்டார் செட்டியார். மீனா அங்கு வந்ததால், “மார்வலி தைலம் தடவினேன். ஜுரம் வரும் போலிருக்கு” என்றாள் குமரி. “பார்த்தாலே தெரியுதே” என்று பச்சைச் சிரிப்புடன் கூறிக்கொண்டே போய்விட்டாள் மீனா.

தைலம் பூசிக்கெண்ட பிறகு, செட்டியாரின் தாபம் பன்மடங்கு அதிகமாகிவிட்டது. இனி இங்கிருந்தால், எந்த நேரத்தில் என்ன ஆபத்து நேரிடுமோ, வெறிமீறி என்ன விபரீதமான செயல் புரிந்துவிடும்படி நேரிட்டுவிடுமோ என்ற திகில் அதிகரித்தது. இனி இங்கிருக்கக் கூடாது. இரண்டோர் நாட்கள், வெளியூர் போய் வருவது நல்லது என்று எண்ணி, மறையூரை விட்டுக் கிளம்பினார். மனச்சாந்திக்காக இம்முறையைக் கையாண்டார். ஆனால் எந்த ஊர் சென்றாலும் அவள் பின்தொடர்ந்தாள். அதோ செட்டியார், அந்தியூர்க் கடைவீதியில் அருணாசலச் செட்டியார் கடையில் உட்கார்ந்து கொண்டிருக்கிறார். புதிதாக வந்த பம்பாய் சில்க் சேலையின் நேர்த்தியை அருணாசலச் செட்டியார் வாடிக்கைக்காரருக்குக் கூறுகிறார். குழந்தைவேலச் செட்டியாரோ அந்தச் சேலையைக் கண்ட உடனே, அதைக் குமரிக்குக் கட்டி அழகு பார்க்கிறார்! அதாவது, அந்தச் சேலையைக் கட்டிக் கொண்டு குமரி, தன் எதிரில் நின்று காட்சி தருவது போலத் தோன்றுகிறது. செட்டியாருக்கு. எங்கே போனாலும் எதைக் கண்டாலும், வினாடிக்கு வினாடி அவள் வருகிறாள்; ஒவ்வொரு தடவையும் ஒவ்வொரு படி அதிகரிக்கிறது அவருடைய ஆசை. பித்தம் பிடித்தவர் போல மீண்டும் மறையூர் வந்து சேர்ந்தார்.

செட்டியாரின் நிலையை மீனா நன்றாக உணர்ந்து கொண்டாள். சமயமறிந்து, செட்டியாரைத் தனியாகச் சந்தித்து, வெளிப்படையாகவே கேட்டுவிட்டாள். அவர் முதலில் நடுநடுங்கிப் போனார். பிறகு இல்லை என்று கூறிப் பார்த்தார். கடைசியில் கண்களில் மிரட்சியுடன், “ஆமாம்! எனக்கு அந்தப்பெண் மீது அமோகமான ஆசைதான். ஆனால்...” என்று பிச்சை கேட்பது போலப் பேசினார்.

“பயப்படாதீங்க செட்டியாரே! அந்தப் பெண் ஒரு மாதிரி. இந்த மாதிரி காரியத்துக்குத் தலைபோனாலும் ஒப்ப மாட்டாள்” என்றாள் மீனா.

“அது தெரிந்ததுதானே, நான் இப்படிப் பைத்தியம் பிடித்தது போலாகி விட்டேன்” என்று செட்டியார் கூறினார்.

‘அவள்’ சம்மதிக்கவே மாட்டாள். நாம்தான் சாமர்த்தியமாக நடந்து கொள்ளவேண்டும் நாளை இரவு, சொக்கனை ஏதாவது வேலையாக வெளியூருக்கு அனுப்பி விடுங்கள். நான் முடித்துவிடுகிறேன்” என்றாள் மீனா. இஷ்ட தேவதை பிரசன்னமாகி வரம் கொடுத்தால் எவ்வளவு சந்தோஷம் வருமோ அவ்வளவு ஆனந்தம் செட்டியாருக்கு. சொக்கனை வெளியூர் அனுப்புவது சிரமமில்லை. அனுப்பினார். மீனா ஏற்பாட்டின்படி, செட்டியாரிடம் வந்தாள். கச்சக்காய் அளவுக்கும் குறைவு. ஏதோ லேகியம், அதைக் கொடுத்தாள் செட்டியாரிடம். “குமரியைக் கூப்பிட்டனுப்பி இந்த லேகியத்தைத் தின்று விடும்படிச் செய்யுங்கள். பிறகு, அவள் உங்கள் பொருள். விடிஞ்ச பிறகுதானே சொக்கன் வருவான்” என்று யுக்தியும் சொல்லித் தந்தாள். நடுங்கும் கரத்திலேயே லேகிய உருண்டையை வாங்கிக் கொண்ட செட்டியார். “இது என்ன மருந்து? ஆபத்து கிடையாதே?” என்று கேட்டார். “இது என்ன மருந்து என்று நீங்கள் நளை காலையிலே என்னிடம் சொல்வீர் செட்டியாரே! நான் போய் குமரியை அனுப்புகிறேன். லேகியம் செய்யும் வேடிக்கையைப் பார்த்துக் கொள்ளுங்கள் நீங்களே” என்று மீனா கூறிவிட்டுப் போய்விட்டாள்.

அரை குறையாகக் கட்டப்பட்டிருந்த கோவிலிலேயே ஒரு சிறு அறை செட்டியார் தங்கி இருந்த இடம். அகல் விளக்கு அதிகப் பிரகாசமின்றி எரிந்து கொண்டிருந்தது. வேலையாட்கள் தூங்கும் சமயம். குமரி, அவசரமாக ஓடி வந்தாள் கோவிலுக்கு. அறையிலே செட்டியார் உலவிக் கொண்டிருக்கக் கண்டு, ‘என்னாங்க உடம்புக்கு! என்னமோ நொப்பும் நுரையுமா தள்ளுது. போய்ப் பாருடி! யாரையும்

எழுப்பாதே, யாருக்கும் சொல்லாதே என்று மீனா அக்கா சொன்னாளே'' என்று கேட்டாள்.

செட்டியார், மீனாவின் தந்திரத்தைத் தெரிந்து கொண்டார்.

"ஆமாம் குமரி! மயக்கமாக இருந்தது, இப்போது இல்லை. மணி பத்து இருக்குமே! பாவம், நீ தனியாகவா இங்கு வந்தே?'' என்று கேட்டார்.

"ஆமாங்க! மீனா சொன்னதும் எனக்கு வந்து பார்த்துவிட்டுப் போகணும்னு தோணவே, ஒரே ஓட்டமாக ஓடிவந்தேன். நான் போகிறேனுங்க'' என்றாள் குமரி. செட்டியாருக்கு ஆபத்து என்ற உடனே ஓடிவந்துவிட்டாளே தவிர, அவருக்கு ஒன்றுமில்லை என்று தெரிந்ததும், தனியாக அந்த நேரத்தில் அவருடன் இருப்பது சரியல்லவே என்று தோன்றிற்று.

"ஏன், இந்த வேளையிலே தனியாக இருக்க...''என்று செட்டியார் கேட்டு முடிப்பதற்குள், குமரி வெட்கத்துடன், "அதெல்லாம் ஒண்ணுமில்லிங்க, நாம்ப இங்கே களங்கமற்றுத்தான் இருக்கிறோம். ஆனா மத்ததுங்க அப்படி நினைக்காது பாருங்க'' என்றாள். களங்கமற்ற நிலையில்தான் அவள் இருந்தாள். ஆனால் செட்டியாரின் மனநிலை அவளுக்குத் தெரியாது!

"வந்தாகிவிட்டது, குமரி! கொஞ்சம் அறையைச் சுத்தம் செய்'' என்று கூறினார் செட்டியார். குமரி உடனே அந்தக் காரியத்தைச் செய்தாள். "செட்டியாரே! நெல் மூட்டைகளை ஏன் இங்கேயே போட்டிருக்கிறீர்கள்? எலிகள் அதிகமாகுமே?'' என்று கேட்டுக்கொண்டே. மூட்டைகள் இருந்த இடத்தைச் சுத்தம் செய்தாள். எலிகளைக் காண வேண்டும் என்ற அவசரத்திலே செல்பவர் போலச் செட்டியார், மூட்டைகள் இருக்குமிடம் போனார். குமரி மீது

உராய்ந்தபடி! அதிலே அவருக்கு ஓர் ஆனந்தம். அவள் கொஞ்சம் அஞ்சினாள். சுத்தமாகிவிட்ட பிறகு, வியர்வையை முந்தானையால் துடைத்துக்கொண்டு நின்றாள். செட்டியார், "குமரி! இந்தா, உனக்குப் பரிசு! சாப்பிடு, ருசியாக இருக்கும். உடம்புக்கும் நல்லது" என்று கூறி லேகியத்தைக் கொடுத்தார்.

"என்னதுங்க அது? நாவப்பழமாட்டம்!" என்று கேட்டாள் குமரி, லேகியத்தைப் பணிவுடன் பெற்றுக்கொண்டு.

"அது மீனாட்சி பிரசாதம்" என்றார் அவர்.

"அப்படின்னா?" என்று குமரி கேட்டாள்.

"மீனாட்சி கோவிலில், சாமிக்குப் படைத்தது. சாப்பிடு, நல்லது" என்று கூறிவிட்டு, வேறு ஏதோ வேலையைக் கவனிக்கப் போகிறவர்போல அறைக்கு வெளியே சென்றார். குமரி, லேகியத்தைத் தின்றாள். சுவையாக இருந்தது. எப்போதும் அவள் கண்டதில்லை அதுபோல. லேகியத்தைத் தின்றுவிட்டு, செட்டியார் வந்ததும் சொல்லிவிட்டுப் போகலாம் என்று நெல்மூட்டைமீது சாய்ந்தபடி நின்றுகொண்டே அந்த அறையிலே இருந்த படங்களைப் பார்த்தபடி இருந்தாள். திடீரென்று அந்த அறையிலிருந்து விளக்கு மிகப்பெரியதாகவும், மிகப் பிரகாசமாகவும் அவளுக்குத் தெரிந்தது. கொஞ்சம் ஆச்சரியத்துடன், மறுபடி விளக்கைப் பார்த்தாள். ஒரு விளக்கல்ல, பல விளக்குகள் இருக்கக் கண்டாள்! எலி, மூட்டைகளிடையே ஓடக் கண்டாள். குனிந்து கோல் ஒன்றை எடுத்து விரட்டினாள். எலி ஒரு பக்கமிருந்து மற்றோர் பக்கம் ஓடிற்று. குமரி, "ஓடினா! விடுவேனா! அம்மாடி! எவ்வளவு சாமர்த்தியம்? ஆனா, இந்தக் குமரியிடமா நடக்கும்" என்று கூறிக்கொண்டே எலியை வேட்டையாடினாள். கடைசியில் எலி தப்பித்துக் கொண்டே ஓடிவிட்டது. "ஒரு சுண்டெலிக்கு எவ்வளவு

சாமர்த்தியம் பார்த்தாயா?” என்று கேட்டாள். யாரும் எதிரிலே இல்லை. ‘சே! யாரும் இல்லை. இங்கே யாரிடம் பேசுகிறோம்’ என்று நினைத்தாள். சிரிப்பு பொங்கிற்று; சிரித்தாள். மேலும் மேலும் சிரித்தாள். உரத்த குரலிலே சிரித்தாள். இடையிடையே பாடவுமானாள். அறை முழுவதும் ஜோதி மயமாக அவளுக்குத் தெரிந்தது. குதூகலம் ததும்பிப் பொங்கி வழிந்தது. ஆடை நெகிழ்வதையும் கூந்தல் சரிவதையும் கவனியாமல், சிரித்துக் கொண்டும் பாடிக் கொண்டும் இருந்தாள். குமரியின் கண்கள், உருள ஆரம்பித்தன! தூக்கம் வருவது போன்ற உணர்ச்சி – கருமணி மேல் இரைப்பைக்குள்ளே போய் புகுந்து கொள்வதுபோல, மேலுக்குப் போகிறபடி இருந்தது. என்றுமில்லாத அசட்டுத்தனமான தைரியம்! லேகியம் அவளை ஆட்டி வைக்க ஆரம்பித்தது. வார்த்தைகள் குழைந்து குழைந்து வெளிவரத் தொடங்கின. செட்டியார், அந்தச் சமயமாகப் பார்த்து உள்ளே நுழைந்தார்.

“குமரி!”

“செட்டியாரே!”

“ஏன் இப்படி இருக்கறே?”

“ஏன் செட்டியாரே, ஆடிக்கிட்டே இருக்கறே. ஆமாம், ஏன் இத்தனை விளக்கு?”

ஒரு சமயம் குமரிக்குப் பைத்தியம் பிடித்து விட்டதோ, என்று செட்டியாருக்குத் திகில் உண்டாகிவிட்டது.

“குமரி உட்கார்.”

“எங்கே உட்காரவாம்?”

அங்கே இருந்த நாற்காலியிலே செட்டியார் உட்கார்ந்து கொண்டு "குமரி! இங்கே வா! இப்படி உட்கார்" என்று கொஞ்சினார்.

குமரி, "என்னா அது? ஏனய்யா, செட்டியாரே! விளையாட்டா செய்யறே?" என்று மிரட்டினாள். செட்டியார், லேகியம் குமரியின் புத்தியைக் கெடுத்துவிட்டது. அனால் அந்த நிலையிலும் அவளை இணங்க வைக்கவில்லை என்று நினைத்து மேலும் பயந்தார். மறுவிநாடி, குமரி கலகலவெனச் சிரித்தாள். செட்டியார் அருகே போய், அவருடைய முகவாய்க் கட்டையைப் பிடித்தாட்டி, 'செட்டியாரே! செட்டியாரே!' என்று ஏதோ பாடத் தொடங்கினாள். அதற்குமேல் செட்டியாரால் பயத்துக்குக் கட்டுப்பட்டிருக்கவும் முடியவில்லை. "கண்ணு! குமரி!" என்று கொஞ்சியபடி, அவளை அணைத்துக்கொண்டு, முகத்தோடு முகத்தைச் சேர்த்தார். இதழையும்...

"சே, கட்டேலே போறவனே?" என்று கூவிக்கொண்டே, செட்டியார் பிடியிலிருந்து திமிரிக்கொண்டு கிளம்பினாள் குமரி. இதற்குள், ஆடை நெகிழ்ந்து புரண்டிடவே காலிலே புடவையின் ஒரு முனை சிக்கிக் கொள்ள இடறிக் கீழே விழுந்தாள். செட்டியார், அவளைத் தூக்கி நிறுத்தினார். அவள் துவண்டாள். அவளுக்கு மேலும் மேலும் மயக்க உணர்ச்சி அதிகரித்தது. எதிர்க்கும் போக்கும் போய்விட்டது. அவளும், அணைப்புக்கு அணைப்பு, முத்தத்துக்கு முத்தம் என்ற முறையில் விளையாடத் தொடங்கினாள்.

"கண்ணு!"

"ஏன், மூக்கு!"

"இதோ பார்!"

“மாட்டேன். போ.”

“ஒரே ஒரு முத்து.”

“வெவ்வெவ்வே.”

இன்ப விளையாட்டு! செட்டியார் பல நாட்களாக எதிர்பார்த்துக் கொண்டிருந்ததை விட, மிக ரம்மியமாகிவிட்டது.

செட்டியார் மடிமீது தலைவைத்து அவள் சாய்வாள்; செட்டியார், குனிந்து ஒரு முத்தம் தருவார்; தலையைப் பிடித்து அவள் ஓங்கிக் குட்டுவாள். பிறகு, திமிறிக்கொண்டு எழுந்திருப்பாள். செட்டியாரைப் பிடித்திழுத்துத் தன் மடியில் தலையைச் சாய்த்துக் கொள்ளச் சொல்வாள். செட்டியாருக்கு மூச்சுத் திணறும்படி முத்தங்கள் சொரிந்தாள். ஓர் ஆண்பிள்ளையின் பார்வை சற்று வேகமாகப் பாய்ந்தால் கோபிக்கும் குமரிக்கு, இவ்வளவு “சரசத் தன்மை” இருக்குமென்று செட்டியார் நினைத்ததில்லை! செட்டியாருடைய முழுக்கு, பூச்சு, பக்தி, பாராயணம், ஆச்சாரம், சனாதனம் ஆகியவற்றைக் கண்ட எவர்தான் நள்ளிரவில், அவர் கல் உடைக்க வந்த கன்னியின் கன்னத்தைக் கிள்ளிக்கொண்டும், கூந்தலைக் கோதிக்கொண்டும், காமுகக் குமரன்போல் ஆடிக் கிடக்கக் கூடியவர் என்று எண்ணியிருக்க முடியும். காலை முதல் வேலை செய்த அலுப்பினால் அவள் குடிசையிலே, கையே தலையணையாகக் கொண்டு தூங்கி இருக்க வேண்டியவள், ஓர் இலட்சாதிகாரியின் மடியிலே ஒய்யாரமாகச் சாய்ந்துகொண்டு இருக்கிறாள்! கைலாயக் காட்சியைக் கனவிலே கண்டு இரசிக்க வேண்டிய நேரத்திலே பக்திமானான செட்டியார், தன்னுடைய வாலிபன், காதலித்தவளைக் கடிமணம் புரிவேன் என்று சொன்னதற்காக,

‘காதலாம், காதல்! ஜாதியைக் கெடுத்துக் கொள்வதா, குலம் நாசமாவதா, ஆச்சாரம் அழிவதா, ஒரு பெண்ணின் சினேகத்துக்காக?’ என்று கனல் கக்கிய செட்டியார், ஒரு பெண்ணை, கூலி வேலை செய்ய வந்தவளை, நடுநிசியில் கட்டி முடியாத கோவிலில், ‘கண்ணே! மணியே!’ என்று கொஞ்சிக் கட்டித் தழுவிக் கொள்கிறார்! அதுவும், அவள் தன்னுடைய நிலையை இழந்து விடும்படியாகச் செய்து. செட்டியாருக்கு இவற்றை எண்ணிப் பார்க்க நேரமில்லை. அவருக்கு அளவில்லாத ஆனந்தம்! எத்தனையோ நாட்களாகக் கொண்டிருந்த இச்சை, பூர்த்தியாயிற்றே என்ற சந்தோஷம்! இன்ப இரவு அவருக்கு.

பகுதி: 4

இன்ப இரவுக்குக் கடிகாரம் ஏது? கோட்டான் கூவினால்கூடக் குயிலின் நாதமாகவன்றோ அந்த நேரத்தில் தொனிக்கும். கருத்த மேகம் சூழ்ந்த வானமுங்கூட, அன்று தனி அழகாகத்தானே காணப்படும். இன்பத்துடன் அளவளாவும் நாள், அமாவாசையாக இருந்தாலும், பௌர்ணமியாகி விடுகிறது என்பார்கள். செட்டியாரின் நிலை அதுதான். அவர் மனத்திலே அந்த நேரத்தில் கொஞ்சமும் பயமில்லை. என்ன காரியம் செய்தோம்! நமது வயது என்ன! வாழ்க்கை முறை எப்படிப்பட்டது. எவ்வளவு பாசுரம் படித்தோம் எத்தனை திருக்கோவில் வலம் வந்தோம். காமத்தின் கேடு பற்றி எத்தனை புண்ணிய கதை படித்திருக்கிறோம். ஒரு கன்னியை – அவள் நிலை தவறும்படிச் செய்து – தகுமா – இவ்வளவு மோகாந்திரத்தில் மூழ்குவது சரியா என்று சிந்திக்கத் துளியும் முடியவில்லை.

அவளுடைய அதரம், அதன் துடிப்பு! அவளுடைய விழிகள், அவை கெண்டைபோல ஆடுவது! அவளுடைய துடியிடை குழையும் பேச்சு! இவற்றைக் கண்டு, ரசித்துக் கொண்டிருந்த நேரத்தில் அவருக்கு வேறு விதமான நினைப்பு வருமா!

எந்த வாயால், "காமத்துக்குப் பலியாகி ஜாதியைக் கெடுக்கத் துணிந்தாயோ, நீ என் மகனல்ல. என் முகாலோபனம் செய்யாதே. போ வீட்டை விட்டு" என்று கூறினாரோ அந்த வாயால், செட்டியார், அழகுக்கு அர்ச்சனை செய்து கொண்டிருந்தார். காதல் கீதம்பாடிக் கெண்டிருந்தார். இது இதழல்ல. கனி, கன்னமல்ல, ரோஜா; கண்ணல்ல, தாமரை என்று கவிதைகளைப் பொழிந்து கொண்டிருந்தார். தூங்கிக் கிடந்த ரசிகத் தன்மை முழுவதும் வெள்ளமெனக் கிளம்பிற்று. இன்ப இரவு அவருக்கு! அவளுக்கோ, ஏமாந்த இரவு! அவள் அறிய மாட்டாள், காமத்துக்குத் தான்

பலியாக்கப்படுவதை, அவள் ஏதோ ஓர் உலகிலே சஞ்சாரம் செய்து கொண்டிருந்தாள். அந்த உலகிலே, நிற்க முடியவில்லை. நடக்க முடியவில்லை. கண்கள் சுழன்றபடி உள்ளன. ஏதோ ஓர் வகைக் களிப்பிலே மூழ்கி மூழ்கி எழுந்திருக்க வேண்டி இருக்கிறது. காரணம் தெரியவில்லை. களிப்புக்கு. ஆடலும் பாடலும் திடீர் திடீரென்று கிளம்புகிறது. லாகிரியால் ஏற்பட்ட ஆனந்த நிலைமையிலே அவள் இருந்தாள்! அவள் நிலை இழந்தாள். அவர் இன்பம் பெற்றார். தான் சூது செய்து அந்தச் சுந்தரியை அடைந்ததாகவே அவர் எண்ணவில்லை. எப்படியோ ஒன்று எதிர்பார்த்தது கிடைத்து விட்டது என்ற திருப்தி. அது மட்டுமில்லை. சாமர்த்தியமாக அந்தச் சரசியைப் பெற்று விட்டோம் என்று சந்தோஷம். மதில் சுவரின் மீது ஓசைப்படாமல் ஏறி, மேல் வேட்டியை வீசிக் கிளையை இழுத்து, கிளையிலே கூத்தாடிய மாங்கனியை மெல்லப் பறித்தெடுத்து முகர்ந்து பார்த்துத் தின்னும்போது அதன் சுவையிலே, இலயித்துவிடும் கள்ளனுக்கு; கனி திருடினோம் என்ற கவனங்கூட வருவதில்லை. மீறி வந்தாலும், தன் சாமர்த்தியத்தைத் தானே புகழ்ந்து கொள்வானே தவிர, செச்சே! எவ்வளவு சூதாக நடந்து கொண்டோம் என்று எண்ணிச் சோகிக்கமாட்டானல்லவா? கனியைக் களவாடுபவனைவிட, கன்னியரைக் களவாடுபவன், கட்டு – திட்டம், சட்டம் – சாத்திரம், பதிகம், பாசுரம் ஆகியவற்றின் பிடியிலாச் சிக்குவான்? முள் வேலியைத் தாண்டி விட்டோம் என்று கருதிக் களிப்பான். இன்ப இரவு அவ்வளவுதான் அவருக்குத் தெரியும். அவளை அடைந்தாகிவிட்டது. அதுபோதும் அவருக்கு. குறும்புப் பார்வைக்கும் கேலிப் பேச்சுக்கும்கூட கோபித்துக் கொள்ளும் குமரி, குழந்தை போலத் தூங்கிவிட்டாள். குழந்தைவேலச் செட்டியாரின் மடியில் சாய்ந்தபடி. செட்டியார், மடியில் சாய்ந்திருந்த மங்கையைப் பார்த்தபடி இருந்தார். நெடுநேரம். தூங்கவில்லை. பிறகு, அப்படியே அவரும் நெல் மூட்டை மீது சாய்ந்தபடி நித்திரையில் ஆழ்ந்தார். ஆதவன் உதித்தான்.

கதிரவனைக் கண்டு கமலம் களிக்கும் என்பார்கள். காமத்துக்குப் பலியான குமரியின் முகத்திலே காலைக் கதிரவன் ஒளிபட்டபோது, இரவு நேரிட்ட சேஷ்டையின் அடையாளங்கள், கன்னத்தில் வடுக்களாகத் தெரிந்தனவேயன்றி முகம் மலர்ச்சியாகத் தெரியவில்லை. கண் திறந்தாள். புதியதோர் இடமாகத் தோன்றிற்று. திகைப்புடன் பார்த்தாள். செட்டியார் மீது சாய்ந்து கொண்டிருப்பதை! "ஐயோ", என்று அலறியபடி எழுந்திருக்கலானாள். செட்டியாரோ, "அன்பே" என்றுகூறி, அவளை மீண்டும் தன்மீது சாய்த்துக் கொண்டார்.

"பாதகா! பாவி! மோசம் போனேனே! என்னமோ தின்னக் கொடுத்துவிட்டு, என்னை இக்கதிக்கு ஆளாக்கினாயே, நீ நாசமாகப் போக" என்று வசைமொழியை வீசியபடி, கைகளைப் பிசைந்து கொண்டு கலங்கினாள் குமரி. செட்டியார் முகத்திலே அச்சமோ, கவலையோ தோன்றவில்லை. பரிபூரணத் திருப்தி தாண்டவமாடிற்று.

"குமரி! கூச்சலிடாதே, உனக்குத்தான் தீமை அதனால் நடந்தது நடந்து விட்டது" என்றார் அவர்.

"அட பாதகா! பதைக்காமல் துடிக்காமல் பேசுகிறாயே, ஓர் ஏழையின் வாழ்வை அழித்துவிட்டு. இதற்கா நீ பக்திமான் வேஷம் போட்டாய்? கோவில் கட்டினாய்! கதியற்ற பெண்களைக் கற்பழிக்கத்தானா, கோவில் கட்ட ஆரம்பித்தாய்? ஐயோ! நான் என்ன செய்வேன். நீ கொடுத்த லேகியம் என் புத்தியைக் கெடுத்து, உன் மிருகத்தனத்துக்கு என்னைப் பலியாக்கி விட்டதே" என்று பதறினாள் குமரி.

"குமரி! நானும் இதுவரை இப்படிப்பட்ட காரியத்தில் ஈடுபட்டவனல்ல. யாரை வேண்டுமானாலும் கேட்டுப்பார்!

என்னமோ, விதிவசம் இப்படி நேரிட்டுவிட்டது'' என்றார் குழந்தைவேலர்.

''விதி! என்னைக் கெடுத்துவிட்டு, நிலை தவறச் செய்து, என்னை இந்தக் கதிக்கு ஆளாக்கிவிட்டு, விதியின் மீதா பழி போடுகிறாய்? உன் மகளை, இப்படி ஒருவன் கெடுத்தால், நீ எப்படித் துடிப்பாய்? எனக்கு இனி என்ன வழி? நீ செய்து விட்ட அக்கிரமத்தை ஆண்டவனும் கேட்க மாட்டாரா? பாவி! கோவிலிலே, இந்த அக்கிரமத்தை நடத்தினாயே, உனக்கு நல்ல கதி கிடைக்குமா?'' என்று அழுதுகொண்டே கேட்டாள் குமரி.

''ஆண்டவன் கேட்பானேன்? இதோ, நான் கேட்கிறேன்'' என்ற ஒரு குரல் கேட்டு இருவரும் திடுக்கிட்டுப் பார்க்க, அறை வாயிற்படியில் கோபமே உருவெடுத்து வந்தது போலச் சொக்கன் நின்று கொண்டிருந்தான்.

''அண்ணா! மோசம் போனேன்'' என்று அலறித் துடித்துக் கொண்டு, அவன் கால்களைப் பிடித்துக் கொண்டாள் குமரி.

''சீ! நாயே! குலத்தைக் கெடுத்த கழுதே'' என்று கூவி, காலை உதறினான். குமரி ஒரு பக்கம் போய் வீழ்ந்தாள்.

''நடந்தது நடந்துவிட்டது. ஏனய்யா செட்டியாரே! அவ்வளவுதான் உனக்குச் சமாதானம் கூறத் தெரிந்தது? எவ்வளவு திமிர் இருந்தால், ஒரு கன்னிப் பெண்ணைக் கற்பழித்து விட்டு, ஏதோ கை தவறிக் கீழே உருண்டு விட்டதால் செம்பிலே இருந்த பால் கீழே கொட்டிவிட்டதற்குச் சமாதானம் சொல்வதுபோல, நடந்தது நடந்துவிட்டது என்று கூறத் துணிவு பிறக்கும் உனக்கு? என்னை வெளியூர் போகச் சொல்லிவிட்டு, விடிவதற்குள், இவளை விபச்சாரியாக்கிவிட்டாய்! நடந்து நடந்துவிட்டது,

நாயே! இனி நடக்க வேண்டியதைச் சொல்" என்று செட்டியார் மீது பாய்ந்தான். அவர் அவன் காலில் விழுந்து "அப்பா! நீ என்னை எது செய்தாலும் தகும். நான் செய்துவிட்ட அக்கிரமத்துக்கு எவ்வளவு வேண்டுமானாலும் என்னைத் தண்டிக்கலாம். காமாந்தகாரத்தால் நான் இந்த அநியாயத்தைச் செய்துவிட்டேன்" என்று புலம்பினார்.

"காமாந்தகாரம்! அதை இந்த ஏழைப் பெண்ணிடம் காட்டவா. கோவில்? ஊரெல்லாம் உன்னை உத்தமன் என்று புகழ்கிறது. பாவி! நீ என் குடும்பத்துக்குச் சனியனாக வந்தாயே. நடந்தது நடந்துவிட்டது என்கிறாயே! நினைத்துப் பாரடா பாதகா, நீ செய்த காரியத்தை. ஏமாளிப் பெண் ஒருத்தியை, ஏழையை, கூலி வேலை செய்ய வந்தவளைக் கற்பழித்திருக்கிறாய். நீ ஆயிரம் கோவில் கட்டி என்ன பிரயோஜனம்? உனக்குத் தாய், தங்கை, அக்கா யாரும் கிடையாதா? குமரி, எவ்வளவு களங்கமற்றவள்; கொடியவனே! அவளை இக் கதிக்குக் கொண்டு வந்தாயே!" என்று சொக்கன் ஆத்திரத்துடன் பேசிக்கொண்டே செட்டியாரைத் தாக்கினான்.

"சர்வேஸ்வரா! ஐயோ, அப்பா! வேண்டாமடா, சொக்கா, நான் தாளமாட்டேன்டா, உயிர் போகிறதடா! உன் காலைக் கும்பிடுகிறேனடா, நீ என்ன செய்யச் சொல்கிறாயோ அதைச் செய்கிறேண்டா. அப்பா, சொக்கா! நான் பாவிதான், என்னைக் கொல்லாதே" என்று செட்டியார் கூவினார்.

"சொல்வதைச் செய்கிறாயா? ஆனால் கேள், குமரியைப் பலரறியக் கலியாணம் செய்துகொள்" என்று கர்ஜித்தான் சொக்கன்.

"கலியாணமா! ஐயோ, அடுக்காதே" என்றார் செட்டியார். கீழே வீழ்ந்து கிடந்த குமரியின் கூந்தலைப் பிடித்து அவளைத் தூக்கி நிறுத்தி, "இது அடுக்குமா? இவளைக் கெடுத்துவிட்டு, பிறகு

யார் தலையிலாவது கட்டுவது அடுக்குமா?'' என்று சொக்கன் கேட்டான். குமரியின் கண்களிலே வழியும் நீரையும் கண்டார் செட்டியார். இங்கே புனல். சொக்கனின் கண்களிலே அனல். "ஆண்டவனே! நான் என்ன செய்வேன்'' என்று அழுகுரலுடன் கூறிக்கொண்டே தலையில் அடித்துக் கொண்டார்.

"அக்கிரக்காரா! அடிக்கடி ஆண்டவனை ஏன் கூப்பிடுகிறாய்? அனாதைப் பெண்களை ஆலயத்திலே கற்பழிக்கும் உனக்கு ஆண்டவன் பெயரைக்கூட சொல்லத் தோன்றுகிறதா? இனி நடக்க வேண்டியதைச் சொல்'' என்று சொக்கன் சீறினான்.

"அப்பா! என் பேச்சைக் கொஞ்சம் கேள். நான் ஏதோ புத்தியில்லாமல் இக்காரியம் செய்துவிட்டேன். நான் குமரியைக் கைவிடுவதில்லை. கடைசிவரை காப்பாற்றுகிறேன்.''

"உன் கூத்தியாளாகச் சொல்கிறாயா? என் எதிரிலே என் தங்கையை வைப்பாட்டியாக்கு என்று கேட்குமளவு உனக்குத் துணிவு பிறந்ததா?''

"வேறென்ன செய்வது, சொக்கா! நான் வைசிய குலம். ஊருக்கெல்லாம் ஜாதியாச்சாரத்தைப் பற்றிப் பேசுபவன்! வேறு ஜாதிப் பெண்ணைக் கலியாணம் செய்து கொண்டதற்காகச் சொந்த மகனையே வீட்டை விட்டுத் துரத்தினவன்...''

"அதனால்?''

"எங்கள் குலத்தவர் ஆச்சாரம் கெடக்கூடாதே, உலகம் என்னைப் பழிக்குமே, குடும்பமே இழிவாக்கப்படுமே''

“என் குடும்பத்திலே நீ செய்து வைத்த காரியத்துக்கு. ஊரார் எங்களுக்கு மகுடம் சூட்டுவார்களா? மடையா! ஒரு பெண்ணின் கற்பை அழிக்கத் துணிந்துவிட்டு, குலப்பெருமை – குடும்பப் பெருமைகளைக் கூறுகிறாயே. மானமின்றி ஈவு இரக்கமின்றி.”

“நான் வைசியகுலம்...”

“நான் உப்பிரஜாதி...”

“உப்பிர ஜாதியில் பெண் கொள்ளும் வழக்கம், வைசிய குலத்திலே கிடையாதே. பரம்பரை பரம்பரையாக வாழ்ந்த குடும்பம். எங்கள் குடும்பத்திலே ஜாதியை விட்டு ஜாதியில் கலியாணம் செய்வதில்லையே.

“எங்கள் குலத்திலும் குடும்பத்திலும் காமப்பித்தம் பிடித்தவர்களுக்குப் பலியாவதற்காகப் பெண்களைப் பெற்றெடுக்கிறார்களா? என்ன திமிர் உனக்கு? உன்னிடம் அதிகம் பேசப் போவதில்லை. ஒரு வாரத்துக்குள் முடிவு சொல்லியாக வேண்டும். இல்லையானால், உன்னையும் இந்தக் கள்ளியையும் கொன்றுவிட்டு, நானும் சாக வேண்டியதுதான். சொக்கன் சொன்னால் சொன்னதுதான்.”

சொக்கன் குமரியை இழுத்துக் கொண்டு வெளியே சென்றான் புலிபோல. செட்டியார் கவிழ்ந்து படுத்துக் கொண்டு கதறினார்.

இச்சம்பவம், ஜாடைமாடையாகக் கூலியாட்களுக்குத் தெரிந்துவிட்டது. கோபத்தால் சிவந்த கண்களுடன் சொக்கன் இருந்ததுகண்டு, சகலருக்கும் பயம் பிடித்துக்கொண்டது. ஒரு வார்த்தை கேலி பேசினாலும் போதும்; சொக்கன் கொன்று விடுவான் என்று அஞ்சினர். மீனா வேலைக்கே வரவில்லை. குமரிக்கோ காய்ச்சல்! செட்டியாரோ, சாவு வரவில்லையே

என்று தவித்தபடி இருந்தார். ஒன்று, இரண்டு, மூன்று என்று நாட்களை எண்ணிக் கொண்டிருந்தான் சொக்கன்.

ஐந்தாம் நாள் அதிகாலையில், சொக்கன் திடுக்கிட்டுப் போனான், குமரியைக் காணாமல். எங்கெங்கோ தேடிப் பார்த்தான் கிடைக்கவில்லை. செட்டியாரிடம் சென்றான். "குமரி எங்கே?" என்று கேட்டான். "தெரியாதே" என்று குளறினார். "கற்பழித்ததுமன்றிக் கொலையும் செய்து விட்டாயா? குமரியை எந்தக் குளத்திலே தள்ளிவிட்டாய்? சொல். உன்னை விடமாட்டேன். பழிக்குப் பழிவாங்கியே தீருவேன்" என்று ஆத்திரமாகப் பேசிச் செட்டியாரின் கழுத்தை நெரிக்கலானான் சொக்கன். செட்டியார் "சிவனாணையாக எனக்கொன்றும் தெரியாதே, நான் இன்றுதான், அவளைக் கலியாணம் செய்து கொள்வது, ஜாதி பேதத்தைப் பற்றிக் கவலை இல்லை என்று தீர்மானித்தேன்" என்று கூறிக் கதறினார். செட்டியாரை விட்டுவிட்டு, சொக்கன் ஓடினான் வெளியே. உலகில் எந்தக் கோடியிருந்தாலும் குமரியைக் கண்டு பிடித்துவிடுவது என்ற உறுதியுடன்.

சொக்கனுடைய சுபாவம் நன்கு தெரியும் குமரிக்கு. ஆகவே எங்காவது ஓடிவிடவேண்டும்; அப்போதுதான் செட்டியார் தப்புவார் என்று எண்ணிய குமரி. இரவு நடு நிசிக்குப் பிறகு, சொக்கனுக்குத் தெரியாமல் வீட்டைவிட்டு ஓடிவிட்டாள். செட்டியார் தன்னைக் கலியாணம் செய்து கொள்வதென்பது முடியாத காரியம் என்பது அவள் எண்ணம். பொழுது விடிவதற்குள், இரண்டோர் கிராமங்களைத் தாண்டிவிட்டாள். பாதையிலே நடந்தால் யாராவது தெரிந்தவர்கள் பார்த்து விடுவார்கள் என்று பயந்து, வயலோரம் ஒத்தையடிப் பாதை, கொடி வழி இவற்றைப் பார்த்து நடந்து, மறுதினம் இரவு ஒரு பெரிய கிராமம் போய்ச் சேர்ந்தாள். பசியால் களைத்துக் கீழே விழுந்தாள். அந்தப் பரிதாபக் காட்சியைக் கண்ட கிராமத்தானொருவன். அவளுக்குக் கஞ்சி கொடுத்து, "யார், என்ன" என்று விசாரித்தான். "ஓடி வந்துவிட்டேன் – குடும்பச்

சண்டை" என்றாள் குமரி. "தாலி இல்லையே" என்று அவன் கேட்டான். "கட்டவில்லை" என்று குமரி கூறிவிட்டு அழுதாள்.

"அழாதே பெண்ணே! இந்தப் புத்தி முதலிலேயே இருக்க வேண்டும். போனது போகட்டும்; என் வீட்டுக்கு வா. அங்கே ஊருக்கு உபகாரம் செய்யும் உத்தமர் ஒருவர் வந்திருக்கிறார். அவரிடம் நியாயம் கேட்போம் வா" என்று ஆறுதல் கூறிக் குமரியை அவன் அழைத்துச் சென்றான். குமரிக்கு அவன் பேச்சும் ஒருவிதமான லேகியமோ என்று பயமாகத்தான் இருந்தது. அவன் குறிப்பாக அதை உணர்ந்து, "நான் உன் தகப்பன் போல, பயப்படாமல். வா" என்று தைரியம் கூறி வீட்டுக்கு அழைத்துச் சென்றான். அவன் வீட்டுத் திண்ணையிலும், மேடையிலும், கிராமத்து மக்கள் ஐம்பது அறுபது பேருக்குக் கூடியிருந்தார்கள். அவர்களிடம் அன்புடன் பழனி பேசிக் கொண்டிருந்தான்.

"ஐயாவுக்குத்தானே சொல்வது. உலகத்திலேயே நடக்கிற அநீதிகளை எல்லாம் சொல்லி வர்றீங்களே, இதோ, இந்தக் கொழந்தை சொல்ற அநியாயத்தைக் கேளுங்க. கேட்டுவிட்டு ஒரு வழி சொல்லுங்க" என்று கிராமத்தான் பழனியிடம் கூறினான். பல பேர் எதிரிலே தன் கதையைக் கூற, அவள் கூச்சமடைவது தெரிந்த பழனி, கூட்டத்தைக் கலைந்து போகச் சொல்லிவிட்டு, குமரியின் 'சேதி'யைக் கேட்டுத் தெரிந்து கொண்டு திகைப்படைந்தான்.

"அம்மா, நீ எனக்குச் சிற்றன்னை" என்று பழனி சொல்லக் கேட்டு, மெய் சிலிர்த்தது குமரிக்கு. 'வேடிக்கை அல்ல; அவர் என் தகப்பனார்தான்' என்றான் பழனி. "நீங்கதானே யாரோ பெண்ணுடன்..." என்று கேட்டாள் குமரி. ஓடி விட்டேன். என் மனைவி சேரிப்புறம் போயிருகிறாள். வந்துவிடுவாள். நீ கவலைப்படாதே. நான் உன் பொருட்டு என் தகப்பனாரிடம் சென்று வாதாடத் தீர்மானித்து விட்டேன். 'காதல்' என்பது

மகாபாதகம்; ஜாதிக் கட்டுப்பாடே பெரிது என்று சொல்லி வந்தவர், தனக்கே ஒரு காலத்தில் ‘காதல்’ ஏற்படக் கூடும் என்று எண்ணியிருக்க மாட்டார். இதமாகச் சொன்னால் எல்லாம் நன்மையாகவே முடியும். நீ சோகிக்காதே. தைரியமாக இரு” என்று கூறினான்.

மறுதினம், பழனி, தன் மனைவி நாகவல்லியுடன் குமரியையும், கிராமப் பெரியவர்கள் பத்துப் பேரையும் அழைத்துக்கொண்டு, மறையூர் சென்று, தந்தையைச் சந்தித்தான். வெட்கம், துக்கம், பயம் என்னும் பலவித உணர்ச்சிகளால் தாக்கப்பட்ட குழந்தைவேல் செட்டியாரால் பழனியிடம் பேசவும் முடியவில்லை.

“பழனி! எனக்கு, என்ன சொல்வதென்றே புரியவில்லை. உன்னை நான் கொடுமைப்படுத்தினேன், குமரியைக் கெடுத்தேன், நான் எவ்வளவு தண்டனைக்கும் தயாராக வேண்டியவன்! அவ்வளவுதான் பேசமுடியும் என்னால்” என்றார். பழனி, தகப்பனாரைச் சமாதானப்படுத்திவிட்டு, சொக்கனைக் கண்டுபிடித்து வருமாறு சிலரை அனுப்பிவிட்டு, தந்தையின் கலியாணத்துக்கான ஏற்பாடுகளைத் துவக்கினான். ஜாதியைப் பற்றிய பேச்சையே செட்டியார் எடுக்கவில்லை. குமரிக்கு, ஏதோ ஒரு கனவுலகில் இருப்பது போலத் தோன்றிற்று.

மறையூர் வைதிகர்கள் பதைபதைத்தனர். ‘வைசிய திலகர், பக்திமான், செட்டியார், உப்பிரஜாதிப் பெண்ணைக் கலியாணம் செய்து கொள்வதா? அடுக்குமா இந்த அனாச்சாரம்? அது, நமது திவ்ய க்ஷேத்திரத்தில் நடப்பதா...?’ என்று கூக்குரலிட்டனர். செட்டியாரைச் சபித்தனர். ஊரிலே இந்தக் கலியாணம் நடைபெற்றால், பெரிய கலகம் நடக்கும் என்று கூவினர். பழனி, மறையூரிலும் சுற்றுப் பக்கத்திலும் சென்று ஜாதி குலம் என்பதெல்லாம், வீணர்களின் கட்டுக் கதை என்பதை விளக்கிப் பேசினான். கலகம், கல்லடி

இவற்றைப் பொருட்படுத்தாமல் அதிகாரபூர்வமாக அவனுடைய பிரசங்கத்தைக் கேட்டு பெரும்பாலான மக்கள், அவனுக்கு ஆதரவு தர முன்வந்தனர். வைதிகர்கள் பயந்து போயினர். ஜனசக்தி, பழனி பக்கம் குவிவது கண்டு. “இதுபோன்ற இனிமையான அறிவுக்கு விருந்தான பிரசங்கத்தை நான் இதுவரை கேட்டதே இல்லை. உன்னை மகனாகப் பெற்ற நான் உண்மையிலேயே பாக்கியசாலி” என்று கூறிப் பூரித்தார், குழந்தைவேல் செட்டியார். தாழையூர் சத்சங்கத்தின் தூதர் ஒருவர், மறையூர் வந்து சேர்ந்து, செட்டியாரைச் சந்தித்து, அவருடைய செயலைத் தடுக்க முயன்றார். செட்டியாரோ, பழனி பிரசங்கத்திலே கூறின வாதங்களை வீசி, அந்த வைதிகரை விரட்டினார். வெகுண்ட வைதிகர்கள், கோவிலை இடிப்போம் என்று ஆர்ப்பரித்தனர். கூலி மக்களும், தாழ்த்தப்பட்டவர்களும், கலப்பு மணம் செய்து கொள்ளச் சம்மதித்த செட்டியாருக்குப் பட்டாளமானது கண்டு, கோபம் கொண்டு, ஓர் இரவு, அவர்கள் வசித்த குடிசைகளுக்குத் தீயிட்டனர். குய்யோ முறையோ என்று கூவி மக்கள் ஓடி வந்தனர். எங்கும் தீ! பசு, கன்று, வெந்தன. பாண்டம், பழஞ்சாமான் தீய்ந்தன. பழனியும் அவன் நண்பர்களும், தீ விபத்தில் சிக்கியவர்களைக் காப்பாற்றி, வீடு வாசல் இழந்தவர்கள் அனைவரையும், அரைகுறையாக இருந்த கோவிலுக்கு அழைத்துச் சென்று, இனி அங்கேயே இருக்கலாம் என்று கூறினர்.

கலியாணம் சிறப்பாக நடைபெற்றது. சொக்கன் சந்தோஷத்தால் மெய்மறந்தான். குமரிக்கு, நடப்பது உண்மையா, கனவா என்று அடிக்கடி சந்தேகம் வந்தது. மறையூர் வைதிகர்கள் அன்று ‘துக்க தினம்’ கொண்டாடினர்.

நாகவல்லி, குமரிக்கு ஆசிரியையானாள். குமரியின் மனம், மொட்டு மலர்வது போலாகிவிட்டது. கோவில் வேலை நின்று இருந்தது. என்ன செய்வது இனி என்று பழனியைச் செட்டியார் யோசனை கேட்டார். “என்ன இருக்கிறது செய்ய?”

என்று பழனி கேட்டான். “ஆலயத் திருப்பணி அரைகுறையாகவே இருக்கிறதே” என்று செட்டியார் சொன்னார். “கட்டிடம் அரைகுறையாக இருக்கிறது. ஆனால், ஆண்டவன் இங்கே கோவில் கொண்டு விட்டார். ஏழைகளின் இல்லமாக இந்த இடம் ஆக்கப்பட்டபோதே, இங்கு இறைவன், அபிஷேகமின்றி, ஆராதனையின்றி. வேதபாராயணமின்றி, தானாகச் சந்தோஷத்துடன் வந்துவிட்டார்” என்றான் பழனி, மகனைக் கட்டி அணைத்துக்கொண்டு, “உன் அறிவே அறிவு! இப்படிப்பட்ட உத்தமனை நான், ஊரிலே உலவும் சில வைதீக உலுத்தர் பேச்சைக் கேட்டுக் கொண்டு இம்சித்தேன்; நற்குணம் படைத்த நாகவல்லியைத் துன்புறச் செய்தேன்.” என்று உருக்கமாகச் செட்டியார் பேசினார்.

“அப்பா! தாங்கள் தீர்மானித்தபடி சொத்து முழுவதும் கோவில் காரியத்துக்கே செலவிடப்பட வேண்டியதுதான். ஆலயம் கட்டும் வேலையும் தொடர்ந்து நடத்த வேண்டியதுதான்.” என்று பழனி கூறிக்கொண்டே இருக்கையில், குழந்தைவேலர் குறுக்கிட்டு, “நம் சொத்தைப் பாழாக்கிக் கோவில் கட்டி, குலம் ஜாதி பேசி சமூகத்தைக் குலைத்து வரும் வைதிகர்களிடம் கொடுப்பதா?” என்று கோபத்துடன் கேட்டார். குழந்தைவேலர், சுயமரியாதை இயக்க வக்கீலானது கண்டு பழனி களித்தான்.

“ஆலயம் கட்ட வேண்டியதுதான் அப்பா. ஆனால் அதன் அமைப்பில் சில மாறுதல்கள் செய்துவிட வேண்டும். ஆயிரம் கால் மண்டபத்துக்கு ஆரம்ப ஏற்பாடாகி விட்டது. அது கட்டி முடிக்க இன்னும் கொஞ்ச வேலைதான் பாக்கி முடிந்த பிறகு, அதனை வௌவால் வாழுமிடமாக்கி விடாமல் சிறுவர்களுக்கு அதனைப் பள்ளிக் கூடமாக்கி விடலாம். நாகா வேறு பள்ளிக்கூடம் தேட வேண்டியதில்லை. பிரகாரம், சிறுசிறு விடுதிகளாகட்டும்; பாட்டாளி மக்கள் குடி இருக்க! குளம், இங்கே வாழும் மக்கள் குளிக்குமிடமாகும். இங்கு

அபிஷேகமும், உற்சவமும் நடப்பதற்குப் பதில், அன்பும், அறிவும் பரப்பும் பிரச்சார ஸ்தாபனம் அமைப்போம். அப்பா! தாங்கள் குமாரக் கோட்டம் கட்ட ஆரம்பித்தீர்கள். அது குமரிக் கோட்டமாக மாறிவிட்டது. ஜாதிபேதம் ஒழிந்த இடமாக. காதல் வாழ்க்கைக் கூடமாக மாறுகிறது. இதுதான் இனி, இந்த மாவட்ட சுயமரியாதைச் சங்கக் கட்டடம்; நமது 'பிரச்சார இலாக்கா' என்றான்.

"பேஷ் பழனி! அற்புதமான யோசனை. ஆலயம் அமைத்து அதிலே வைதிகர்கள் ஊர்சொத்தை விரயம் செய்வதற்கு வழி செய்யும் வழக்கத்தை நாம் ஒழித்துவிடுவோம், முதலில். இது 'அறிவாலயமாக', 'அன்பாலமாக' மாறிவிட்டது என்று செட்டியார் கூறினார்.

குமரிக்கோட்டம் அமைந்தால், இங்குக் கொட்டு முழக்கும் குருக்களின் தர்பாரும் இருந்திருக்குமேயொழிய, பலன் ஏதும் இராது. குமரியின் அன்புக்குக் கட்டுப்பட்டு, ஜாதி, குலத்தை தள்ளிவிட்ட தாங்கள் இப்போது 'குமரிக்கோட்டம்' அமைத்துவிட்டீர். இதுவரை எத்தனையோ கோட்டங்கள் அமைத்தனர். ஒருவரேனும் இதுபோன்ற 'குமரிக்கோட்டம்' கட்டினதில்லை. அந்தப் பெருமை தங்களுக்கே கிடைத்தது என்றான் பழனி.

பழனி என் கண்களைத் திறந்தவன் நீ எனக் கனிவுடன் கூறினார் செட்டியார்.

வேறோர் புரத்திலே நாகவல்லி குமரியின் கன்னத்தைக் கிள்ளிக்கொண்டே "பலே பேர்வழி நீ குமரி. உன் பெயரால் கோவிலே கட்டுகிறார்கள் பாரடி" என்று கேலி செய்து கொண்டிருந்தாள். "அவர்கள் சொல்வது தவறு அம்மா! இதற்குப் பெயர் பழனி ஆண்டவர் கோவில் என்று இருக்க வேண்டும்" என்று சாமர்த்தியமாகப் பதிலுரைத்தாள் குமரி.

“அப்படிப் பார்க்கப் போனால், அதுகூடப் பொருந்தாது ‘லேகிய மண்டபம்’ என்ற பெயர்தான் ரொம்பப் பொருத்தம்” என்று கூறிவிட்டு ஓடினாள் நாகவல்லி. அவரைத் துரத்திக் கொண்டு குமரி ஓடினாள். தந்தையும் மகனும் அந்தக் காட்சியைக் கண்டு, ஒருவரை ஒருவர் பார்த்துப் புன்னகை புரிந்தனர்!

(திராவிடநாடு - 7.4.1946)

★ ★ ★

9 788198 796370

Printed at Repro India Ltd.